பவழமல்லி

வெ. அனந்த நாராயணன்

INDIA • SINGAPORE • MALAYSIA

ISBN 979-8-89322-703-1

உள்ளடக்கம்

முன்னுரை

இந்தத் தொகுப்பில் ஒன்பது சிறுகதைகளும், இரண்டு குறுநாவல்களும் உள்ளன. இவை எல்லாமே முப்பது–நாற்பது வருடங்களுக்கு முன் எழுதப்பட்டவை. இரண்டு சிறுகதைகள் தவிர மற்ற எல்லாமே கணையாழிக்காக எழுதப்பட்டவை, கணையாழியில் பிரசுரமானவை. சில சிறிய மாற்றங்கள் மட்டும்தான் இக்கதைகளில் நான் செய்திருக்கிறேன். இக்கதைகளைப் பிரசுரித்த பத்திரிகைகளுக்கு, முக்கியமாய்க் கணையாழிக்கு என் மறவா நன்றிகள் என்றுமே உண்டு.

அந்தக் காலகட்டத்தில், எனக்கு இவை மிகவும் முக்கியமாக இருந்தன. ஒவ்வொரு மாதமும் கணையாழி எப்போது வருமென்று எதிர்பார்ப்புடன் காத்திருந்த காலம் அது. இருபது வயதில் பெற்றோர்களை இழந்த எனக்கு, எனது அன்றைய இலக்கிய ஆர்வம், மிகவும் உறுதுணையாய் இருந்து, என்னை ஆழ்ந்த மனச் சோர்விலிருந்து காப்பாற்றியது என்று கூடச் சொல்லலாம்.

இக்கதைகளில் வரும் பாத்திரங்கள் பெரும்பாலும் என் சொந்த வாழ்க்கையிலிருந்தும், அனுபவத்திலிருந்தும் வந்தவர்கள்தான். அவர்களுக்கு என் நன்றிகள். என்னைப் பற்றியும் எனது அன்றைய உலகம் பற்றியும்தான் இந்தக் கதைகள். ஆனால், நிஜ வாழ்க்கையிலிருந்து எடுத்துக்கொண்டாலும், இது என் நிஜ வாழ்க்கை அல்ல. அதாவது, சில கதைகள் autobiographical என்றாலும் இது எனது autobiography அல்ல. இரண்டிற்குமிடையே முக்கியமான வேறுபாடுகள் உண்டு.

நல்ல இலக்கியத்தை எனக்கு அறிமுகம் செய்து வைத்து, என்னையும் எழுத வைத்த எஸ். தேவராஜனுக்கு நான் என்றும் கடமைப்பட்டிருக்கிறேன்.

காலம்

அந்த அறை முழுவதும் காகிதங்கள் ஏராளமாய் இறைந்து கிடந்தன. ஏதாவது காகிதத்தை மிதிக்காமல் அந்த அறையில் எங்கும் கால் வைத்துவிட முடியாது. விதவிதமான காகிதங்கள். பழுப்பேறியவை. கரையான்களால் அரிக்கப்பட்டவை. இன்னும் புதுமெருகு குலையாதவை. வெள்ளைத் தாள்கள். கோடு போட்டவை. அச்சடிக்கப் பட்டவை. அழகான கையெழுத்துக்களில் குண்டு குண்டாய் எழுதப்பட்டவை. அடித்தலும் கிறுக்கலுமாய்க் குதறப்பட்டுச் சுருட்டிக் கசக்கிப்போடப்பட்டவை.

அந்த அறையின் மத்தியில் ஒரு மேசை போடப்பட்டிருந்தது. சற்று வயதானவராய்த் தென்பட்ட ஒருவர் அந்த மேசையின் பின்னால் போடப்பட்டிருந்த நாற்காலியில் அமர்ந்து ஏதோ மும்முரமாய் எழுதிக்

கொண்டிருந்தார். மேசையின் ஓரத்தில் சமீபத்தில் எழுதப்பட்டதாகத் தோன்றிய காகிதங்கள் ஒழுங்காக ஒரு கட்டாக அடுக்கி வைக்கப்பட்டிருந்தன. அவரது தலைக்கு மேல் ஒரு மங்கலான பல்பு எரிந்துகொண்டிருந்தது. பல நூற்றாண்டுகளாக அது அங்கே எரிந்து கொண்டிருக்கலாமென்று தோன்றியது.

அறையின் பின்புறச் சுவரில் சற்று உயரத்தில் ஒரு பிரம்மாண்டமான சுவர்க்கடிகாரம் மாட்டப்பட்டிருந்தது. கடிகாரத்தின் பெண்டுலம் ஒவ்வொரு வினாடியையும் பெரிதாகச் சத்தம் போட்டு அறிவித்துக்கொண்டிருந்தது. அந்தச் சத்தம் ஏதோ ஓலம் போல் கேட்பவர்களைச் சோகத்தில் ஆழ்த்துவதாக இருந்தது. அறையின் மற்றொரு சுவரில் இருந்த ஒரு ஜன்னல் பாதி திறந்திருந்தது. அதன் வழியே வெளியிலிருந்து கதம்பமாய்ப் பல ஒலிகள் அறையினுள் வந்து கொண்டிருந்தன.

உரத்த குரலில் நான்கைந்து பேர் நடத்திக் கொண்டிருந்த விவாதம். யாரோ வலியில் முனகும் குரல். ஒரு குழந்தையின் அழுகை. ஏதோ துப்பாக்கிச் சத்தம். அட்டகாசமான சிரிப்பு. இனிமையான வயலின் இசை. எல்லாம் கலவையாய்.

ஆனால் எழுதிக்கொண்டிருந்த முதியவரின் காதுகளில் இந்தச் சத்தங்கள் எதுவும் விழுந்ததாகத் தெரியவில்லை. அல்லது விழுந்தும் அதை அவர் பொருட்படுத்தாமல் இருந்திருக்கலாம்.

சிலை மாதிரி அசையாமல் எழுதிக் கொண்டிருந்த அவர், தான் எழுதிக்கொண்டிருந்த பக்கம் முடிவடைந்ததும், எழுதுவதைத் தற்காலிகமாய் நிறுத்தினார். நிதானமாய் அதைப் படிக்கலானார்.

அவர் முகத்திலிருந்த அமைதி அகன்று ஒரு எரிச்சலும் வேதனையும் படர்ந்தன. அந்தக் காகிதத்தைக் கசக்கி சிறு பந்தாகச் சுருட்டி வீசியெறிந்தார். கீழே இரைந்து கிடந்த காகிதங்களுடன் அதுவும் சேர்ந்து கொண்டது.

பிறகு மீண்டும் எழுதத் தொடங்கினார்.

அதே மேசை. அதே கிழவர். அதே மங்கலான வெளிச்சம். நாராசமான அதே கடிகாரத்தின் ஓலம். மேசையின் மீது அடுக்கி வைக்கப்பட்டிருந்த காகிதக் கட்டின் உயரம் மட்டும் சற்று அதிகரித்திருந்தது. அந்தக் கட்டின் மேல் அது குலைந்து விடாமலிருக்க இரும்பாலான கழி ஒன்று வைக்கப்பட்டிருந்தது.

அறைக்கு வெளியிலிருந்து வந்து கொண்டிருந்த சத்தங்கள் நின்று போயிருந்தன. தூரத்தில் எங்கோ திடீரென்று ஏதோ நினைத்துக்கொண்டாற்போல் குரைத்து விட்டு மௌனமான நாயைத் தவிர்த்துவிட்டால் கடிகாரத்தின் ஒலி மட்டும்தான் மிஞ்சியிருந்தது.

எழுதிக்கொண்டிருந்த கிழவர் திரும்பிப் பின்னால் தலைக்கு மேலிருந்த கடிகாரத்தைப் பார்த்தார். அவர் முகத்தில் ஒரு கணம் பீதி பரவிய மாதிரி இருந்தது. சற்று வேகமாய் எழுத முற்பட்டார். இப்போது சிறிது நேரத்திற்கொருமுறை திரும்பிச் சுவர்க் கடிகாரத்தைப் பார்த்துக்கொண்டார். ஒவ்வொரு முறை பார்த்த பிறகும், அவர் முன்பை விடப் பதட்டமடைந்தவராக, இன்னும் துரிதமாய் எழுதுவராகக் காணப்பட்டார்.

இவ்வாறு ஒருமுறை திரும்பிப் பார்த்த அவரது முகம் சட்டென்று கோணலாகியது. ஒரு முடிவுக்கு வந்தவர்போல், தான் அமர்ந்திருந்த நாற்காலியை வேகத்துடன் கால்களால் பின்னால் தள்ளி உதைத்துவிட்டு எழுந்து கொண்டார். அப்போதுதான் அவர் சட்டையேதும் அணிந்திருக்கவில்லை என்பது தெரிந்தது. அவரது விலா எலும்புகள் ஓர் எலும்புக்கூட்டினுடையது போல் எளிதில் எண்ணக்கூடியதாய்த் துருத்திக்கொண்டு தெரிந்தன.

வேட்டியை மடித்துக் கட்டிக்கொண்டார். காகிதக்கட்டின் மீதிருந்த இரும்புக்கழியைக் கையில் எடுத்துக்கொண்டு தட்டுத்தடுமாறி மேசை மீது ஏறினார். கழி எடுக்கப்பட்டதும் கட்டின் மீதிருந்து காகிதங்கள் ஒவ்வொன்றாய்ப் பறக்க ஆரம்பித்தன. கிழவர் அதைக் கவனித்ததாகத் தெரியவில்லை. மேசை மீது ஏறி நின்ற அவருக்கு மூச்சு வாங்கியது. மேசையின் விளிம்புக்கு வந்து கையிலிருந்த இரும்புக் கழியை ஓங்கிக்கொண்டு கடிகாரத்தை எட்ட முயன்றார்.

அவரது சராசரி உயரம் காரணமாக, கடிகாரம் அவர் கைக்கு எட்டவில்லை. சற்றுச் செயலிழந்தவராய்த் தென்பட்ட அவர் சுற்று முற்றும் பார்த்தார். கீழே விழுந்து கிடந்த நாற்காலியின் மீது அவர் பார்வை பதிந்தது. ஒரு குழந்தையின் குதூகலத்துடன் மேசையிலிருந்து கீழே குதித்தார்.

அப்போதுதான் எழுதிவைக்கப்பட்ட காகிதக் கட்டிலிருந்து பாதிக்கு மேற்பட்ட காகிதங்கள் பறந்துவிட்டிருந்ததைக் கவனித்தார். அதிர்ச்சியடைந்தவராக, மேசை மேல் எஞ்சியிருந்த காகிதங்களையே அசையாது வெறித்துப் பார்த்தார். அவரது முகத்தில் குரூரமான புன்சிரிப்புப் படர்ந்தது.

“தொலையட்டும் பீடை. ஒழிஞ்சு போங்க எல்லோரும். விட்டுது சனி போ...” என்று தொடங்கிச் சிறிது நேரம் விடாமல் யாரையோ அல்லது எதையோ ஆக்ரோஷமாய்க் கெட்ட வார்த்தைகளில் திட்டினார்.

சற்றுச் சமாதானமடைந்தவராய், கீழே கிடந்த நாற்காலியை எடுத்துத் தூக்கி மேசை மீது வைத்தார். அது அவ்வளவு அகலமான மேசையல்ல. நாற்காலியின் கால்களுக்கும் மேசையின் விளிம்புக்குமிடையே அதிகமாய் இடைவெளி இருக்கவில்லை.

அவரது வேட்டி அவிழ்ந்திருந்தது. கடுமையான வசவுகளால் அதை வைது விட்டு, சரியாய்க் கட்டிக்கொண்டார். மேசையின் ஓர் ஓரமாய், நாற்காலியை இடித்துவிடாமல், மேசை மேல் ஏறிக்கொண்டார். நாற்காலியின் ஸ்திரத்தன்மையைக் கைகளால் அழுத்திப் பரிசோதனை செய்தார். திருப்தி அடைந்தவராக, மேசையிலிருந்து மெதுவாய் நாற்காலியின் மீது ஏறிக்கொண்டார்.

முன்பை விடவும் அதிகமாய் அவருக்கு மூச்சு வாங்கியது. உடலெங்கும் வியர்வை பெருக்கெடுத்து ஓடத் துவங்கியிருந்தது. இருந்தும் அவர் முகத்தில் ஒரு பெருமிதம் தென்பட்டது. கடிகாரம் இப்போது அவர் கைக்கு எட்டுவதாக இருந்தது.

கையிலிருந்த இரும்புக் கழியால் சுவர்க்கடிகாரத்தின் வெளிப்புறக் கண்ணாடியின் மீது அதீத விசையுடன் தாக்கினார். ‘சல்’லென்ற கண்ணாடி

நொறுங்கும் ஓசையுடன், அந்தக் கண்ணாடியில் ஓர் ஓட்டையொன்று விழுந்தது. அதை மையமாய்க்கொண்டு நாலாபுறமும் சிலந்தி வலையைப்போல் கோடுகளும் கீறல்களும் பரவின.

கடிகாரத்தின் கண்ணாடி நல்ல வலுவுள்ளதாக இருந்திருக்க வேண்டும். அதன் தாக்கப்பட்ட பகுதி தவிர்த்து மீதி இடங்கள் அதிகமாகச் சேதமடையவில்லை. அதைவிட ஆச்சரியம், அதன் பெண்டுலம் இன்னமும் ஆடிக்கொண்டிருந்தது.

கிழவருக்கு ஆத்திரம் மிகுந்தது. இலக்கெதுவுமில்லாமல் மாறி மாறி கடிகாரத்தின்மீது கைக்கெட்டிய இடங்களிலெல்லாம் தாக்கினார். கண்ணாடித் துகள்கள் நாலாபுறமும் சிதறின. அவற்றில் சில அவரது முகத்திலும் வியர்வையில் நனைந்திருந்த மார்பிலும் ஒட்டிக் கொண்டன.

ஆனால் பெண்டுலமும் அந்த நாராசமான ஓசையும் நிற்பதாய் இல்லை. கிழவர் ஏதோ நினைவுக்கு வந்தவராக, இலேசாய்த் தனக்குள் சிரித்துக்கொண்டார். அந்தக் கடிகாரத்தின் கீழ்ப் பகுதியில் ஒரு சிறிய கதவு மூடியிருப்பதைக் கவனித்தார். அதை எளிதாய்த் திறக்க முடிந்தது. அதனுள் கையை நுழைத்து அந்தப் பெண்டுலத்தைப் பிடித்து நிறுத்தினார்.

ஏதோ எதிரியை வீழ்த்தி விட்டது போலிருந்தது அவர் முகம். ஆனால் கிழவர் கையை விட்டதும் பெண்டுலம் வழக்கம்போல் ஓட ஆரம்பித்தது. பலமுறை அவர் அதைப் பிடித்து நிறுத்தப் பார்த்தும், அதைக் கையோடு இழுத்துப் பார்த்தும் ஒன்றும் முடியாமற் போனது.

அப்போதுதான் இன்னும் உடையாமல் கடிகாரத்தின் மேற்பகுதியில் 12ஐ மறைத்துக் கொண்டு ஒட்டிக் கொண்டிருந்த ஒரு கண்ணாடித் துண்டு அவர் கண்ணில் பட்டது. அது அவருக்குச் சரியாய் எட்டவில்லை. தன்னால் இயன்ற வரை, பாதங்களின் நுனியில் நின்று கொண்டு, எம்பி, அதை எட்ட அவர் முயன்ற போது, அவரது வேட்டி இடுப்பிலிருந்து அவிழ்ந்து கொண்டது. இதற்கிடையில் மேசையின் மீதிருந்த நாற்காலியின் கால்கள் சிறிதுசிறிதாய் மேசையின் விளிம்பை அடைந்திருந்தன. சரிந்து கொண்டிருந்த வேட்டியை

ஓர் அனிச்சைச் செயலாய் அவரது இடது கை கீழே சென்று பிடிக்க முற்பட்ட போது, நாற்காலியின் முன்னிரண்டு கால்களும் மேசையை விட்டு வெளியே வந்தன.

அவரது தொண்டையிலிருந்து புறப்பட்ட அமானுஷ்யமான ஒலியும் நாற்காலியும் அவரும் சேர்ந்து தரையில் மோதிய போது ஏற்பட்ட பெருத்த சத்தமும் கடிகாரத்தின் ஒலத்தைத் தற்செயலாக வென்றன.

கையில் ஒரு மடிக்கணினியுடன் ஓர் இளைஞன் அந்த அறையுள் நுழைந்தான். அவனது சட்டையும் கால் சராயும் புதிதாய்ச் சலவை செய்யப்பட்டிருந்தன. அவனது முகத்தில் எதிர்பார்ப்பும் உற்சாகமும் நம்பிக்கையும் சுடர் விட்டன.

இரைந்து கிடந்த காகிதங்களை மிதித்துக்கொண்டு மேசையை அணுகிய அவன், மேசைக்குப் பின்புறமாய் அலங்கோலமாய்க் கிடந்த கிழவரைப் பார்த்தான். அவன் முகத்தில் முதலில் சிறிது வருத்தமும் பிறகு நிறைய ஆச்சரியமும் தோன்றின. கீழே குனிந்து கிழவரின் மணிக்கட்டைப் பிடித்துப் பார்த்தான்.

கிழவரின் உடல் தட்டையாய்க் கெட்டியான அட்டையில் செய்யப்பட்ட கார்ட்டூன் உருவம் போல் ஆகியிருந்தது. அந்த அட்டையின் இரு கைகளையும் பிடித்து அலட்சியமாய் இழுத்து அறையின் ஓர் ஓரமாய்த் தள்ளினான். அப்போதுதான் சுவரையொட்டி, காகிதங்களுக்கு நடுவில் இதே போல் இன்னும் பல அட்டைப் பிணங்கள் கிடப்பதைப் பார்த்தான். அவற்றின் மக்கிப் போன காகித வாடை குப்பென்று அவனைத் தாக்கியது.

முகத்தை வேறு திசையில் திருப்பிக்கொண்டு, கவிழ்ந்து கிடந்த நாற்காலியை எடுத்து நிமிர்த்திப் போட்டான். அதன் ஒருகால், சற்று முறிந்திருந்த மாதிரித் தோன்றியது. அவன் அதில் அமர்ந்த போது, சற்று வினோதமான ஒலி எழுந்தது.

மேசையின் மீது கிழவரின் காகிதக்கட்டில் பறந்தது போக மீதமிருந்தன இன்னும் சில தாள்கள். அவற்றை எடுத்து மேலோட்டமாய் ஒரு பார்வை பார்த்தான். அதிகச் சுவாரசியமில்லாமல் அவற்றை வீசித் தரையிலெறிந்தான்.

மேலே மங்கலாய் எரிந்து கொண்டிருந்த பல்பை சிறிது நேரம் வெறித்துப் பார்த்தான். பிறகு தனது மடிக் கணினியைத் திறந்து, ஏதோ விட்டுப் போனதைத் தொடர்வதுபோல் விசைப்பலகையில் தட்டச்சு செய்யத் தொடங்கினான.

கண்ணாடி இல்லாத சுவர்க் கடிகாரத்தின் பெண்டுலம் உரக்க சத்தம் போட்டுக்கொண்டு நிதானமாய் இன்னமும் ஆடிக்கொண்டிருந்தது.

—(கணையாழி, ஜனவரி 1990)—

கோமதிக்கு ஒரு வரன்

காலையிலிருந்தே வீட்டில் ஒரே அமர்க்களம். சீனுவுக்கு விஷயம் என்னவென்று தெரியாவிட்டாலும், ஸ்வீட்டெல்லாம் பண்ணப்போவது பற்றிப் பேச்சு அடிபட்டதால், அவனுக்குப் பயங்கரக் குஷி. "இன்னிக்கு என்னத்துக்கும்மா ஸ்வீட் பண்ற?" என்று அம்மாவை அவன் பலமுறை கேட்டு விட்டான். ஆனால் அம்மா என்னவோ இன்று மூடில் இல்லை போல் தோன்றியது. சரியாகப் பதிலே சொல்லவில்லை. ஸ்வீட் எதற்காகப் பண்ணினாலென்ன?

சீனுவின் அண்ணா நந்துவை மூன்றாவது தடவையாகக் கடைக்கு அனுப்ப, அவர்கள் அம்மா அகிலாண்டம் மாமி தாஜா செய்து கொண்டிருந்தார். முதல் தடவை ரவை, கடலை மாவு, முந்திரிப்பருப்பு இன்னும் என்னென்னவோ

எழுதிக்கொண்டு போயிருந்தான். ஆனால் சர்க்கரை சொல்ல அம்மாவுக்கு மறந்து விட்டது. அதற்காக இரண்டாவது தடவை. இப்பொழுது சட்னிக்குப் பொட்டுக்கடலையும் பச்சை மிளகாயும் வாங்க முக்குக் கடைக்கு வேண்டா வெறுப்பாய்க் கிளம்பிக்கொண்டிருந்தான்.

“அவ்வளவுதானா, இன்னும் ஏதாவது இருக்கா? இருந்தா யோசிச்சு சொல்லிடு. இனிமே ஒரு தடவ நான் போகமாட்டேன்”

“கருவேப்பிலை எழுதிண்டயோ? அப்புறம்... ஓ! பஜ்ஜிக்கு வாழைக்கா மட்டும்தான் இருக்கு. நல்ல பெரிய கத்தரிக்கா கெடச்சா கொஞ்சம் வாங்கிண்டு வா”

“என்னம்மா, ஒவ்வொண்ணா சொல்லிண்டே இருக்கே! பச்சைப் பர்ஸில பத்து ரூபாயோ என்னமோதான் இருக்கு. கத்தரிக்காயும் கருவேப்பிலையும் முருகன் ஸ்டோர்ஸில நோட்டில எழுதிண்டு வாங்க முடியாதுன்னு தெரியுமோல்யோ?”

“சரி. அவ்வளவுதாண்டா. கருவேப்பிலையும் கால் கிலோ கத்தரிக்காயும் என்ன பெரிசா ஆயிடப் போறது? உங்கப்பாதான் பேங்குக்குப் போயிருக்காரே. எடுத்துண்டு வரார்”.

“ஆமாம், ‘பேங்க்’கில தான் லட்சக்கணக்கில போட்டு வச்சிருக்கே” – முணுமுணுத்துக் கொண்டே நந்து பையை எடுத்துக்கொண்டு கிளம்பினான்.

நந்து சைக்கிளில் ஏறிச் சிறிது தூரம் சென்றதுமே, எதிரே அப்பா நடந்து வருவதைப் பார்த்து விட்டான். சீட்டில் அமர்ந்து கொண்டே, இடது காலைத் தரையில் ஊன்றி, சைக்கிளை நிறுத்தினான். அவரும் நின்றார்.

“எங்கடா, காலங்கார்த்தால சுத்தக் கிளம்பிட்ட?”

“நான் ஒண்ணும் சுத்தக் கிளம்பல. சட்னிக்குப் பொட்டுக் கடலை, பச்சை மிளகாய் அப்புறம் என்னென்னவோ வாங்கணும்” என்று

சொல்லிக்கொண்டே, வலது காலால் சைக்கிள் பெடலை மிதித்தான். சைக்கிள் ஒரு உந்தலுடன் கிளம்பியது.

வெங்கடாஜலம் லேசாகத் தள்ளாடியவாறு வீட்டினுள் நுழைந்தார். இரத்த அழுத்தம் அதிகமாகிவிட்டதை அவரால் உணர முடிந்தது. கொஞ்சம் தலை சுற்றியது. ஹாலில் ரப்பர் பந்தை வைத்துக்கொண்டு சீனுவும் எதிர்வீட்டுப் பையன் ராஜுவும் கிரிக்கெட் ஆடிக்கொண்டிருந்தனர். அப்பாவைப் பார்த்ததும் சீனு கிரிக்கெட் பாட்டுடன் சமயலறைக்குள் சென்று விட்டான். ராஜு ஒரே ஓட்டமாக, வாசலைத் தாண்டி வெளியேறிவிட்டான்.

அவர் ஹாலில் போடப்பட்டிருந்த ஈஸி சேரில் சாய்ந்து கொண்டார். கொஞ்சம் ஆசுவாசமாக இருந்தது. ஹாலை ஒரு நோட்டம் விட்டார்.

காலடிச்சத்தம்கேட்டு,மாவுபிசைந்தகைகளுடன்,சமையலறையிலிருந்து வெளியே வந்து, அவரைப் பார்த்தார் அகிலாண்டம் மாமி.

“என்ன, தலையைச் சுத்தறதா?”

“அதெல்லாம் ஒண்ணுமில்ல” எப்பவும் போல் பொய். “250 ரூபாய் எடுத்துண்டு வந்திருக்கேன். போறுமோனோ இந்த மாசத்தை ஓட்ட? எங்கே உன்னோட பொண்ணரசி? அவா எல்லாம் பத்தரை மணி வண்டில வரா. இங்கே பதினோரு மணிக்கெல்லாம் வந்துடுவா. டிரஸ், கிஸ்ஸெல்லாம் சட்டுப்புட்டுனு பண்ணிக்கச் சொல்லு உம் பொண்ண. அவா வந்தப்புறம், எங்க பொண்ணு டிரஸ் பண்ணிண்டிருக்கா, இதோ ஆச்சு, அப்பாடி இப்பாடின்னு டிலே பண்ணினா எனக்குக் கெட்ட கோபம் வரும்”

அவருக்கு மூச்சிரைத்தது. மறுபடியும் ஈஸி சேரில் தலையைச் சாய்த்துக் கொண்டு கண்களை மூடிக் கொண்டார்.

“நீங்கதான ஸ்டேஷனுக்குப் போகணும்? பிரஷர் ஜாஸ்தியா இருக்கற மாதிரி இருக்கே?”

அவர் கண்களைத் திறந்தார்.

“நான்கூட நந்துவை அனுப்பிச்சாப் போறாதான்னுதான் நெனச்சேன். அப்புறம், ஸ்டேஷனுக்கு பதினஞ்சு வயசுப் பையனை அனுப்பிச்சுட்டா பாருன்னு, சம்பந்திக்குப் புடிக்காமப் போயிடப்போறது. எதுக்கும் நானே போறேன். நந்துவையும் கூட்டிண்டு போறேன் எதுக்கும். ஒரு ஆல்டொமெட்டும் ஒரு டம்ளர் ஜலமும் எடுத்துண்டு வா”

❧

கோமதி குளித்து முடித்து, தலையைத் துவட்டிக்கொண்டு சமையலறைக்குள் நுழைந்தாள். உணர்ச்சிகளை எளிதில் வெளியில் காட்டாத அவள் முகத்தில், ஒரு அசாதாரண அமைதி நிலவியது. அவளது அப்பாவைப் போன்ற பெரிய மூக்கு அவள் முகத்திற்கு ஒரு கம்பீரத்தை அளித்தது. பிள்ளை வீட்டாருக்கு எழுதியிருந்தது போல் மா நிறம். அம்மாவைப் போல் கொஞ்சம் குட்டை.

பஜ்ஜி போட்டுக்கொண்டிருந்த அகிலாண்டம் மாமி அவளை நிமிர்ந்து பார்த்தார்.

“நான் வேணா ஏதாவது ஹெல்ப் பண்ணட்டுமாம்மா?” என்றாள் கோமதி.

“நீ ஒரு ஹெல்ப்பும் பண்ண வேண்டாம். உங்கப்பாவுக்கு ஒரு ஆல்டொமெட்டும், ஒரு டம்ளர் ஜலமும் குடுத்துட்டு வா. அப்புறம் சீக்கிரமா டிரெஸ் பண்ணிக்கிற வழியைப் பாரு. இந்த பஜ்ஜி போடறது பெரிய பிரமாதமா? நானே போட்டுக்கறேன்”

அம்மாவைக் காண கோமதிக்கு மிகவும் கஷ்டமாக இருந்தது. சமையலறை பத்து மணிக்கே அனலாகத் தகித்தது. வியர்வை காரணமாக, அம்மா குளித்த மாதிரி இருந்ததை கோமதி கவனிக்கத் தவறவில்லை.

❧

ஹால் கடிகாரம் 11 மணிக்கு 13 தடவை அடித்தது. ‘கோமதி பிறந்த போது வாங்கியது. ரிப்பேர் பண்ண வேண்டும்’ அகிலாண்டம் மாமி நினைத்துக் கொண்டார்.

"ஏண்டி கோமதி! பிள்ளை வீட்டுக்காரா இன்னும் வரல்ல? உங்கப்பாவுக்கு வேற இன்னிக்கின்னு பிரஷர் ஜாஸ்தியா இருக்கு" – அகிலாண்டம் மாமியின் முகத்தில் கவலை தெளிவாகத் தெரிந்தது. ஆனால், கோமதியிம் முகம் உணர்ச்சியற்றதாக இருந்தது. அதில் எதிர்பார்ப்போ, கவலையோ, மகிழ்ச்சியோ எதுவுமே இல்லை.

"ட்ரெயின் லேட்டாயிருக்கலாம். அல்லது டாக்ஸி கெடச்சிருக்காது. நீ ஏன் அனாவசியமாக் கவலப்படற? வரப்போ வரா. ஆமாம், சீனுவ எங்க காணோம் கொஞ்ச நேரமா?"

"ஞாயித்துக்கிழமை வெய்யில வீணாக்காம தெருவில கிரிக்கெட் ஆடிண்டிருப்பான்"

❧

வாசலில் கார் கதவு திறக்கப்படும் சத்தம் அந்த அமைதியில் துல்லியமாகக் கேட்டது.

கோமதி "அவா வந்துட்டா போல இருக்கு. நீ போய்ப் பாரும்மா" என்று அம்மாவிடம் சொல்லிவிட்டுச் சமையலறைக்குள் போனாள். அப்பொழுதும் அவள் முகத்தில் ஆர்வத்திற்கான அறிகுறி எதுவும் தென்படவில்லை.

காரின் பின் சீட்டிலிருந்து மாப்பிள்ளைப் பையனும் அவனது பெற்றோரும் இறங்கினார்கள். முன்பக்கக் கதவைத் திறந்து நந்துவும் நந்துவின் அப்பாவும் இறங்கினார்கள்.

"வாங்கோ, வாங்கோ" – செயற்கையாய் வரவழைத்துக்கொண்ட புன்னகையுடன் அகிலாண்டம் மாமி அவர்களை வரவேற்றார்.

வீட்டிலிருந்த இரண்டு நாற்காலிகளையும் ஹாலில் போட்டாயிற்று. ஒன்றில் பையனும் மற்றதில் அவன் அப்பாவும் அமர, பையனின் அம்மாவும் அகிலாண்டம் மாமியும் தரையில் விரிக்கப்பட்டிருந்த ஜமக்காளத்தில் அமர்ந்தனர். வெங்கடாஜலம் பெருமூச்சை அடக்கிக்கொண்டு, ஈஸி சேரில் அமர்ந்தார்.

கோதண்டராமன் (அதுதான் அந்தப் பையனின் பெயர்) பரம சாதுவாக அமர்ந்திருந்தான். ஏதோ பரீட்சை ஹாலில் கேள்வித்தாளுக்காகக் காத்திருக்கும் மாணவனைப் போல. ஜாதகப்படி அவனுக்கு 26 வயதுதான் என்றாலும், பார்க்க 30 வயதிற்கு மேல் ஆகியிருக்கும் போல் தோன்றியது. முன் மண்டையில் இலேசாக வழுக்கையின் அறிகுறி. நல்ல உயரம். மீசையில்லை. அப்பா, அம்மா கிழித்த கோட்டைத் தாண்டாத பையன் என்பது அவனைப் பார்த்த உடனேயே தோன்றியது. அவன் வாயே திறக்கவில்லை.

அவன் அம்மாதான் விடாமல் பேசிக் கொண்டிருந்தார். தனக்கு அந்தக் காலத்திலேயே போடப்பட்ட வைரத்தோடு பற்றி. அமெரிக்காவில் செட்டில் ஆகிவிட்ட தன் சகோதரன் பற்றி. கோதண்டராமனின் அக்காவுக்கு அவர்கள் செய்த சீர்வரிசைகள் பற்றி. கோதண்டராமனின் விசேஷ குண நலன்கள் பற்றி. அவன் கோயம்புத்தூரில் பி.ஈ. படிக்கையில் ஏற்பட்ட சில சுவாரசியமான நிகழ்வுகள் பற்றி.

பிறகு, பெண்ணை அழைத்துவரும் படலம் ஆரம்பமாகியது. கோமதி பட்டுப்புடவையில் நல்ல அழகாக இருந்தாள். ஆனால், கோதண்டராமனின் அம்மாவிற்குப் பக்கத்தில் மிகவும் குட்டையாகத் தெரிந்தாள்.

கோமதி உண்மையில் 4 அடி 11 அங்குலம் தான். ஆனால் அவள் அப்பா எல்லாரிடமும் அவள் ஐந்தடி என்றுதான் சொல்வது வழக்கம்.

கோமதி ஜமக்காளத்தில் அமர்ந்ததும், கோதண்டராமனை நிமிர்ந்து ஒரு முறை நிதானமாகப் பார்த்தாள். அவன் வெட்கப் பட்டவன் போல் தலையைக் குனிந்து கொண்டான்.

பிறகு, பாட்டுப்பாடும் படலம் ஆரம்பமாகியது. கோதண்டராமனின் அம்மா பாடச்சொன்னவுடன், இதற்காகவே காத்திருந்த மாதிரி பாட ஆரம்பித்தாள் கோமதி. 'வாசு தேவயனி'யைப் பிரமாதமாய்ப் பாடவில்லையென்றாலும், ராகம் கல்யாணி என்று தெரியுமளவுக்கு இருந்தது. குரலில் எந்த இடத்திலும் சிறிதும் நடுக்கமில்லை.

அதன் பின், நமஸ்கரிக்கும் படலம், டிபன் சாப்பிடும் படலம் எல்லாம் இனிதே நடந்தன.

"சரி, அப்ப நாங்க கிளம்பறோம்" – கோதண்டராமனின் அப்பா நீண்ட மௌனத்திற்குப் பிறகு பேசினார். "போயிட்டு சீக்கிரமா லெட்டர் போடறோம்" என்று சொல்லிக்கொண்டே எழுந்தார். கோதண்டராமனும் அவன் அம்மாவும், உடனே எழுந்து கொண்டார்கள்.

வெங்கடாஜலம் அவரைக் கேள்விக்குறியாய்ப் பார்த்தார். அவர் முகத்தில் சிறிய ஏமாற்றத்தின் சாயல் தோன்றி மறைந்தது. அவர்கள் கிளம்பி விட்டார்கள். வாசலில் டாக்ஸிவரை வந்த கோமதியின் அப்பாவிடம், கோதண்டராமனின் அப்பா, "நீங்க எதுக்கு அனாவசியமா சிரமப்படணும்?" என்றார். அதில், 'நீங்கள் வரவேண்டாம்' என்பது போன்ற ஒரு கண்டிப்பு ஒலித்தது.

டாக்ஸி கிளம்பியது.

டாக்ஸி கிளம்பியதைப் பார்த்ததும், தெருவில் விளையாடிக்கொண்டிருந்த சீனு வீட்டை நோக்கி ஓடினான். அவன் ஓட்டிக் கொண்டிருந்த மானசீகக் கார் சமையலறை வாசலில் வந்து நின்றது. அப்பாடா, இனி நிம்மதியாய் ஸ்வீட்டெல்லாம் சாப்பிடலாம்!

வெங்கடாஜலம் ஈஸி சேரில் சாய்ந்து கொண்டு கண்களை மூடிக்கொண்டார். அகிலாண்டம் மாமியின் முகத்தில் கவலை தெளிவாகத் தெரிந்தது. "என்னன்னா, உங்களுக்கு நம்பிக்கை இருக்கா?"

அவர் கண்களைத் திறந்தார். மனைவியின் முகத்தை ஒரு தடவை ஆழமாகப் பார்த்தார்.

"போய் லெட்டர் போடறோம்னா என்ன அர்த்தம்னு உனக்குத் தெரியாதா? நம்ப பொண்ணு அஞ்சடிதான் இருக்கா. அவன் ஆறடி இருப்பான் போல இருக்கு"

அவர் மீண்டும் கண்களை மூடிக்கொண்டார்.

ஹாலின் சுவரில் சாய்ந்து கொண்டு புத்தகம் படித்துக்கொண்டிருந்த கோமதி இதைக் கேட்டதும், தலையை உயர்த்தி அப்பாவைப் பார்த்தாள். சில் வினாடிகள் பார்த்துவிட்டு, மீண்டும் புத்தகத்தில் ஆழ்ந்தாள். அவள் முகத்தில் சிறிதும் ஏமாற்றமோ, கவலையோ, வருத்தமோ இருந்த மாதிரித் தெரியவில்லை.

கோதண்டராமன் அவளுக்குத் தட்டிப்போன எட்டாவது வரன்.

—(ஆனந்த விகடன், 14-12-1980)—

பவழமல்லி

மலர்ந்த அந்த மொட்டுக்குப் பெருமை பிடிபடவில்லை. கிறங்கவைக்கும் அதன் மணம் காற்றில் அலையலையாய்ப் பரவியது.

“அம்மா, நான் அழகா இருக்கேனா?” அது மரத்திடம் கேட்டது.

“நீ அழகுதாண்டா கண்ணா”

“உன்னை விட அழகா?”

“என்னை விட நீ நிச்சயமா அழகுதான்”

அதற்கு மிகவும் மகிழ்ச்சியாக இருந்தது.

"என்னோட வாசனை எப்படிம்மா இருக்கு?"

அந்தப் பவழமல்லி மரத்தில் நூற்றுக்கணக்கில் பூக்கள் மலர்ந்திருந்தன. நட்சத்திரங்களின் மெல்லிய வெளிச்சத்தில் பூத்துக் குலுங்கிய அந்த மரம் மிகவும் திறமையாய் வரையப்பட்ட ஒரு படத்தைப் போலிருந்தது. மரம் அந்த வீட்டின் வாசற்புறம் காம்பவுண்டு சுவரையொட்டி இருந்தது. தெருவில் அந்த வழியாகப்போகும் யாரும் அந்த வீட்டைத் தாண்டிச் செல்கையில் சில கணங்கள் அந்தப் பவழமல்லி மரத்தினருகே நின்று எங்கோ தேவலோகத்துக்கு இழுத்துச் செல்வது போன்ற அதன் நறுமணத்தை அனுபவிக்காமல் செல்லமாட்டார்கள்.

"என்னை மாதிரி அழகு வேற யாரும் உண்டாம்மா?"

மரம் சற்று யோசித்தது. சொல்லி விடலாமா? மறைத்து வைப்பதில் என்ன பயன்?

"உன்னை மாதிரி இந்த மரத்தில கிட்டத்தட்ட நூத்தம்பது பூவாவது இருக்கும்டா கண்ணா"

"என்னது?" அந்த மலருக்கு இது பெரும் அதிர்ச்சியாக இருந்தது.

"எல்லாப் பூவுமே என்னை மாதிரியே அழகா?"

"ம்... எல்லாமே சம அழகுதான்"

"என்னை மாதிரியே எல்லாத்துக்கும் ஜம்னு வாசனை வேறு உண்டா?"

"ம்... உண்டு"

அதற்கு மிகவும் ஏமாற்றமாக இருந்தது. திடீரென்று அதற்கு இன்னொரு பயங்கர சந்தேகம் ஏற்பட்டது.

"உன்னை மாதிரி வேற மரம்கூட உண்டாம்மா?"

மரத்திற்குப் பதில் சொல்ல வேதனையாக இருந்தது. எனவே சற்று நேரம் மௌனமாக இருந்தது.

“ம், சொல்லேன், உண்டுதான?”

“ஆமாம் உண்டு...நிறைய...”

அந்த வீட்டின் முன்னறக்குள் யாரோ விளக்கைப் போட்டார்கள்.

“அந்த ஜன்னலைத் திறந்து விடு” – இது ஆண் குரல்.

யாரோ ஜன்னலைத் திறந்து விட்டார்கள்.

“அப்பா! என்ன அருமையான வாசனை! மயக்கற மாதிரி இல்ல இந்த வாசனை?” – இது பெண் குரல்.

“ம்..ம்” ஆண் குரல் அதிகச் சுவாரசியம் இல்லாமல் ஒலித்தது.

காற்று பலமாக வீசியது.

“அம்மா, பயம்மா இருக்கும்மா. இந்தக் காத்து என்னை அப்படியே அடிச்சுண்டு போயிடும் போல இருக்கும்மா”

“பயப்படாதடா கண்ணா. காத்து உன்னை ஒண்ணும் செய்யாது”

பொய் சொல்வதற்கு மரத்திற்கு இஷ்டமில்லைதான். ஆனால் ஏற்கனவே கலங்கியிருக்கும் மலரிடம், இன்று இரவுக்குள் இந்தப் பேய்க் காற்றில் முக்கால்வாசிப் பூக்கள் உதிர்ந்து விடுமென்று எப்படிச் சொல்வது?

மலரின் அடுத்த கேள்வி முற்றிலும் எதிர்பாராததாக இருந்தது.

“நான் எப்பம்மா உதிருவேன்?”

“சீ அசடு! யாரு சொன்னா நீ உதிரப்போறேன்னு?”

“யாரும் சொல்லாமலே எனக்கு நல்லாத் தெரியும்”

இதனிடம் இனி மறைப்பதில் பயனில்லை என்று மரத்திற்குத் தோன்றியது.

“ஒரு சில பூ தவிர அனேகமா எல்லாப் பூவுமே உதிர்ந்துதாண்டா போகும்”

மலருக்கு ஒரு புது நம்பிக்கை ஏற்பட்டது.

“நான் அந்த ஒரு சில பூவில ஒண்ணா இருப்பேனா?”

“தெரியாதுடா கண்ணா”

“உதிர்ந்தப்புறம் என்னை என்ன செய்வா?”

“கீழே உதிர்ந்து விழுந்திருக்கிற பூவெல்லாத்தையும் எடுத்து மாலையாத் தொடுத்து சாமிக்குப் போடுவா”

“மனுஷா யாரும் தலையில வச்சுக்க மாட்டாளா?”

“ம்ஹூம்”

“ஏன்?”

“தெரியாது. உன்னோட வாசனையைத் தாங்க முடியாமலோ என்னவோ”

“உதிர்ந்து போன உயிரில்லாத பூவைப் போய் சாமிக்குப் போடறாளே, சாமிக்குப் புடிக்குமோ?”

“சாமிக்குப் புடிக்குமோ என்னமோ யாருக்குத் தெரியும்? மனுஷாளுக்கு ஏதோ ஒரு திருப்தி. அவ்வளவுதான்”

ஏதோ பதில் சொல்ல வேண்டுமேயென்று சொல்லிவிட்டதே ஒழிய, மரத்திற்குத் தனது இந்தப் பதில் திருப்தி அளிக்கவில்லை. மரம் இந்த மாதிரி இது வரை யோசித்துப் பார்த்ததே இல்லை.

அப்புறம் அந்த மலர் ஒன்றும் பேசவில்லை.

அடுத்த நாள் காலை, அந்த வீட்டின் வாசலிலிருந்து வெளியே ஓடி வந்த ஒரு நாலு வயதுப் பெண் வீட்டினுள்ளே பார்த்து மகிழ்ச்சியுடன் கத்தியது -

"அம்மா, இன்னிக்கு எவ்வளோ பூ பாரு. ஓடி வந்து சீக்கிரமா பாரும்மா"

அந்தக்குழந்தையின் அம்மா வாசலுக்கு வந்து பார்த்தார். பிறகு அந்தக் குழந்தையிடம், "நம்பாத்து சேப்புக் கூடை இருக்கோல்யோ. ஓடிப் போய் அதைக் கொண்டு வா. சமத்தா இந்தப் பூவையெல்லாம் அதில எடுத்துப்போட்டுண்டு உள்ள வா. நம்ம இன்னிக்கு சாமிக்குப் பெரிசா அழகா மாலை பண்ணிப் போடலாம்" என்றார் மிகுந்த ஆர்வத்துடன்.

குழந்தை வேகமாக உள்ளே ஓடி, கூடையுடன் வெளியே வந்தது.

சிறிது நேரத்தில் வீட்டினுள் பார்த்து உரக்கச் சொல்லியது,

"அம்மா, கூடை ரொம்பிப் போச்சும்மா"

"ரொம்பிப் போச்சுன்னா உள்ளே எடுத்துண்டு வா"

"இன்னும் பூ நிறைய பாக்கி இருக்கே"

"இருந்தா இருந்துட்டுப் போறது. நீ கூடையை எடுத்துண்டு உள்ளே ஓடி வா. அப்பா ஆபீஸ் போகப் போறா. டாட்டா சொல்லணுமே"

—(கணையாழி, மே 1982)—

குடுமி

பேருந்தின் வாசலிலிருந்து கண்டக்டர் கத்திக்கொண்டிருந்தார் "யோவ், பச்சைச் சட்டை, கொஞ்சம் முன்னாடி போயேன்யா, ஏன் மரம் மாதிரி நிக்கறே"

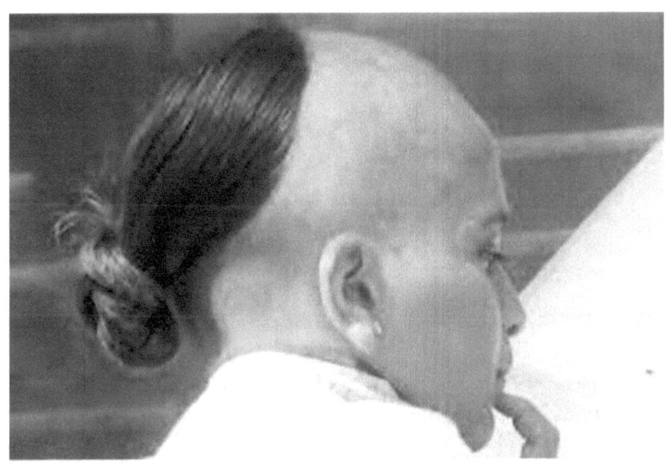

எனக்கு முன்னால் வெளிர்ப்பச்சையில் கட்டம் போட்ட சட்டை போட்டுக் கொண்டிருந்தவர் கண்டக்டரைத் திரும்பிப் பார்த்தார் சந்தேகத்துடன். கண்டக்டர் இப்போது தான் குறிப்பிட்ட பச்சைச் சட்டைக்காரரின் இன்னொரு குணாதிசயத்தையும் சேர்த்து அழைத்தார். "ஏ முண்டாசு, உன்னைத்தான்யா" எனக்கு முன்னாலிருந்தவர் நிம்மதியடைந்தார். குறிப்பிடப்பட்ட பச்சைச்சட்டை முண்டாசுக்காரர் திடீரென்று தாக்கப்பட்டவர் போல் திடுக்கிட்டார். பிறகு ஒன்றும் பேசாமல் முன்னால் நகர்ந்தார். நகர்வதற்குப் பெரிதாக இடம் ஒன்றும் இருக்கவில்லை. இருப்பினும் அவர் ஆட்சேபணை தெரிவிக்காதது ஆச்சரியமாக இருந்தது. அவருக்கு நிச்சயமாக ஐம்பது வயதுக்கு மேலிருக்குமென்று தோன்றியது. கண்டக்டரைவிட வயதில் பெரியவராக இருந்திருக்க வேண்டும். தன்னை "யா" போட்டு அழைத்ததை அவர் கவனிக்கவில்லையா, அல்லது பொருட்படுத்தவில்லையா என்று

தெரியவில்லை. அல்லது அனாவசியமாக சண்டையைக் கிளப்ப வேண்டாமேயென்ற விவேகம் காரணமாக இருந்திருக்கலாம்.

நாலாபுறமும் நான் நெருக்கப் படுவதை உணர்ந்தேன். பேருந்தில் ஏறுவது ஒன்றே வாழ்க்கையின் குறிக்கோள் என்பதுபோல அதன் வாசலில் கூட்டம் மொய்த்துக் கொண்டிருந்தது. எனக்குப் பின்னாலிருந்தவர் என் குதிகாலைத் தன் ஷூவால் மிதித்துவிட்டு "சாரி" என்றார். வலி உயிர் போயிற்று. "பரவாயில்ல" என்றேன் சாதாரணமாக.

எனது வலியை அவர் ஊகித்திருக்கவேண்டும். "என்ன பண்றது சொல்லுங்கோ? பின்னாடிலேருந்து நெருக்கித் தள்றா. இப்பல்லாந்தான் இவ்வளவு பேர்தான் ஏத்தறதுன்னு ஒரு வரம்பு முறையே இல்லாமப் போச்சே" என்று பொதுவாய் அங்கலாய்த்துக் கொண்டார்.

வெளியே வெய்யிலின் உக்கிரம் ஏறிக்கொண்டிருந்தது. எப்பவும் தோன்றுவதுபோல் அன்றும் வெய்யில் என்றையும்விட மிகவும் அசாதாரணமாகத் தகிப்பதாகத் தோன்றியது. உடலின் பல பாகங்களிலிருந்தும் வியர்வை ஆறுகள் பெருக்கெடுத்து ஓடத்துவங்கின. அவை ஏற்படுத்திய கசகசப்பில் உடலெல்லாம் எரிந்தது. சுற்றியிருக்கும் பயணிகள், இன்னமும் டிக்கெட் ஏற்றிக் கொண்டிருந்த கண்டக்டர், கண்டக்டரின் விசிலுக்குக் காத்திருந்த டிரைவர், சோழன், இந்திரா காந்தி எல்லார் மீதும் எரிச்சலாக வந்தது.

கடைசியில், ஒரு வழியாகத் திருப்தி அடைந்தவராக, கண்டக்டர் விசில் கொடுத்தார். பேருந்து இடப்பக்கம் சாய்ந்து கொண்டே கிளம்பியது. வெளியிலிருந்து சற்றுக் குளிர்ந்த காற்று உள்ளே இதமாக வீசியது. பஸ்ஸின் எல்லாப் பாகங்களிலிருந்தும் நிம்மதிக்கான முணுமுணுப்பு கிளம்பியது.

எனக்குப் பின்னாலிருந்தவர் பொதுவாகச் சொல்வதுபோல் சொன்னார். "மார்க்கெட் வந்தாக் கூட்டம் குறைஞ்சுடும். அதுவரைக்கும் இப்படித்தான்

என்ன பண்றது சொல்லுங்கோ? எல்லாத்தையும் சஹிச்சுக்கத்தான வேண்டியிருக்கு?"

முன்பு ஷூவால் மிதித்ததற்குச் சுற்றி வளைத்து மன்னிப்புக் கேட்டது மாதிரித் தோன்றியது. நான் அவ்வளவாகக் கண்டு கொள்ளாத மாதிரி (மன்னித்து விட்ட பாவனையுடன்) திரும்பி அவருக்கு "ஆமாம்" போடுவதா அல்லது பேசாமலே இருந்து விடுவதா என்று யோசித்துக்கொண்டிருந்தேன். அதற்குள் அவரே மீண்டும் பேசினார். "உங்களுக்கு எங்க இறங்கணும்?" பதிலை என்னிடமிருந்து வரவழைத்துவிடுவதென்று தீர்மானமாய் இருந்தாரென்று தோன்றியது. "திருவானைக்காவில்" என்றேன் பாதி மன்னித்துவிட்ட பாவனையுடன்.

இதற்கிடையில், கொஞ்ச நேரமாக, பஸ்ஸின் முன் பக்கத்திலிருந்து வந்த சலசலப்பு சற்று வலுவடைந்து விட்டது போலத் தோன்றியது. இப்போது பலமாகக் கேட்கத் தொடங்கியிருந்த பல குரல்களில் ஒரு குரல் மட்டும் உரக்க ஒலித்தது. கவனித்துப் பார்த்ததில், ஒரு வயதான பெண் ஏதோ அநியாயம் நிகழ்ந்து விட்டது போல் கத்திக்கொண்டிருப்பது தெரிந்தது. பஸ்ஸின் கவனம் முழுவதும் இதனிடையே அங்கு திரும்பியிருந்தது.

"என்ன சாமி, நீங்க பாட்டுக்குப் பொம்பள சீட்ல குடுமியை முடிஞ்சுக்கிட்டு உக்காந்துட்டீங்க. இங்க இவ்வளவு பொம்பள சனம் நிக்கறது தெரியல?"

பெண்கள் சீட்டின் இரண்டாவது வரிசையில் குடுமி, மேல் துண்டு சகிதம் மூன்று பேர் உட்கார்ந்திருந்தனர். சங்கர மடத்து மாணவர்கள் என்று தோன்றியது. அவர்களுக்கு முன்வரிசையில் மூன்று போலீஸ்காரர்கள் அமர்ந்திருப்பது தெரிந்தது.

ஜன்னலுக்குப் பக்கத்தில் இருந்த சங்கர மடத்து மாணவன் எழுந்திருந்தான். அவனுக்கு 25 வயதிருக்கலாம்.

"பொம்பளங்க நிக்கறது தெரியாம இல்ல. மொதல்ல அந்த மூணு போலீஸ்காரங்கள எழுந்திருக்கச் சொல்லுங்க. அப்புறம் நாங்க எழுந்திருக்கிறோம்"

பஸ்ஸின் நிசப்தத்தில் அவன் குரல் தெளிவாகக் கேட்டது. இதற்குள் பஸ்ஸில் உட்கார்ந்திருந்த பலர் எழுந்து நின்று வேடிக்கை பார்க்கத் தொடங்கியிருந்தனர். போலீஸ்காரர்கள் மூவரும் தங்களுக்குச் சம்பந்தம் இல்லாதது போல் இருந்தனர். இதனிடையே கண்டக்டர் எப்படியோ அங்கு வந்து சேர்ந்திருந்தார்.

"என்ன தகராறு?" என்றார் கண்டக்டர் அந்தப் பையனிடம் சற்று அதட்டலாக.

"தகராறு ஒண்ணும் இல்ல. இந்தம்மா எங்கள எழுந்திருக்கச் சொன்னாங்க. நான் முதல்ல அவங்கள எழுந்திருக்கச் சொல்லுங்கன்னேன். அவ்வளவுதான்" என்றான். அவன் குரலில் சற்று நடுக்கமிருந்தது.

"பொம்பள சீட்டுனு தெரியுமில்ல? எழுந்திருக்கச் சொன்னா எழுந்திருக்க வேண்டியதுதானய்யா? அவங்க எழுந்திருக்கறதப் பத்தி உனக்கென்னய்யா?" கண்டக்டரின் குரல் உயர்ந்தது.

"கண்டக்டர், கொஞ்சம் மரியாதையா பேசுங்க" அந்தப் பையனின் உடல் இலேசாக நடுங்கியது. அவனுக்குப் பக்கத்திலிருந்த இரண்டு பையன்களும் அவன் கையைப் பிடித்து இழுத்து அவனை அங்கிருந்து அகற்றப் பார்த்தனர். அவன் திமிறிக்கொண்டே சொன்னான் "அவங்களுந்தானே பொம்பள சீட்டில உக்காந்திருக்காங்க. அவங்கள முதல்ல எழுந்திருக்கச் சொல்லுங்களேன்"

"உனக்கென்னய்யா பெரிய மரியாதை? பெரிய மொதல் மந்திரின்னு ஙெனப்பா? இப்ப சட்டு புட்டுனு தகராறு பண்ணாம இடத்தைக் காலி பண்ணப் போறீங்களா இல்லையா? வண்டியை எடுக்கணும். லேட்டாவுது"

டிரைவர் வண்டியை நிறுத்தி விட்டு, பின்னால் திரும்பி வேடிக்கை பார்த்துக்கொண்டிருந்தார்.

கண்டக்டரின் குரலில் இருந்த எச்சரிக்கையும், அவர் பிடிவாதமாய்ப் போலீஸ்காரர்களிடம் பேச மறுத்ததும், பையனுக்கு ஆத்திரத்தை மூட்டியிருக்க வேண்டும். அவன் பேச்சிலும் மரியாதை போயிற்று.

“இப்ப எவன்யா எந்திரிக்க மாட்டேன்னது? அந்தப் போலீஸ்காரங்கள மொதல்ல எழுந்திருக்கச் சொல்லுன்னேன். அவ்வளவுதான். ஏன், ஓவர்லோட் புடிச்சுறப் போறானேன்னு பயமா இருக்கா?”

அந்தக் கேள்வி கண்டக்டரை மட்டுமன்றி அந்தப் போலீஸ்காரர்களையும் ஸ்தம்பிக்க வைத்தது. போலீஸ்காரர்கள் மூவரும் எழுந்துகொண்டார்கள். அவருள் இரண்டு பேர் வயதானவர்கள். ஒருவன் இளைஞன். அவனுக்கும் அந்த சங்கர மடத்துப் பையனின் வயதுதான் இருக்கும்.

அவன் முகத்தில் கோபம் வெளிப்படையாய்த் தெரிந்தது.

“என்ன குடுமி அய்யரே, நாங்களும் பாத்துக்கிட்டே இருக்கோம். நீ பாட்டுக்கு என்னென்னவோ பேசிக்கிட்டே போறியே? மண்டையிலே குடுமி இருக்கே தவிர, மூளை இல்ல போல இருக்கே”

அந்த போலீஸ்கார இளைஞன் தனது ஜோக்கைத்தானே ரசித்தவனாகச் சிரித்தான். மற்ற இரு போலீஸ்காரர்களும், மற்றும் சில பயணிகளும் சிரித்தனர். அவர்களது சிரிப்பு அவனுக்கு இன்னும் சிறிது தெம்பை அளித்திருக்க வேண்டும்.

“உங்களையெல்லாம் எவன்யா பஸ்ஸில வரச் சொன்னான்? குடுமியை உலாத்திக்கிட்டு காலாற நடந்து வரதுதான?” இம்முறை சற்று செயற்கையாகச் சிரித்தான்.

சங்கரமடத்துப் பையனின் முகம் அவமானத்தில் குன்றியது. “போடா நொண்டி” என்று சொல்லப்பட்ட கால் ஊனமான பையனின் முகத்தைப் போலானது அவன் முகம்.

“யோவ், என் குடுமியைப் பத்தி உனக்கென்னய்யா? வாயைப் பொத்திக்கிட்டு போற வழியைப்பாரு. வர்ரதே ஓசி, இதில என்ன நடந்து வரச் சொல்றாரு”

அடிபட்ட குழந்தையின் குரல் போல அவனது குரல் கீச்சாக ஒலித்தது. போலீஸ்கார இளைஞனின் முகத்தில் கோபம் தெறித்தது. சரேலென்று,

மடத்துப் பையனின் கழுத்திலிருந்த துண்டை தன் இடது கையால் பிடித்து இழுத்து, வலது கை முட்டியை மடக்கி, ஒரு குத்து விட்டான். “உன்னை இன்னிக்குச் சும்மா விடுறேனா பாரு” என்று இன்னொரு குத்து விட்டான். எதிர்பாராத தாக்குதலால் நிலை குலைந்திருந்த மடத்துப் பையன் சுதாரித்துக் கொண்டான். போலீஸ்கார இளைஞனின் முகத்திலும் ஒரு குத்து விழுந்தது. சட சடவென்று குத்துக்கள் பரிமாறிக்கொள்ளப் பட்டன. அந்தப் பையனின் அருகிலிருந்த இருவரது முகங்களும் பயத்தால் வெளிறின. “டேய், டேய் வேம்பு, விடுடா. நமக்கு ஏண்டா இந்த வம்பெல்லாம்?” என்று சொல்லி அவனது கைகளைப் பிடித்து இழுத்தனர். வயதான மற்ற இரு போலீஸ்காரர்களும், கண்டக்டரும் போலீஸ்கார இளைஞனை இழுத்து மறுபுறம் தள்ளினர்.

“அந்த அய்யர் பயலுக்குத்தான் புத்தி இல்ல. நீங்க ஏன் அனாவசியமா” என்று கண்டக்டர் சமரசம் பேசினார்.

இருவரையுமே அடக்குவது கடினமாக இருந்தது. மற்ற இரு மடத்துப் பையன்களும் வேம்புவை இழுத்துக்கொண்டு பேருந்தின் வாயிலை நோக்கிச் சென்றனர். அவன் முரண்டு பிடித்தான். அவன் கண்களில் கண்ணீர் தளும்பியிருந்தது. மூக்கிலிருந்து இலேசாக இரத்தம் கசிந்து கொண்டிருந்தது.

“சீ என்னடா வேம்பு, இதெல்லாம் நமக்கென்ன புதுசா? தினம் தினம் கேக்கறதுதான, வா” என்று சொல்லி அவனை இழுத்துக்கொண்டு கீழே இறங்கிப் போனார்கள்.

பேருந்தில் சில வினாடிகள் மௌனம் நிலவியது. பிறகு ஆங்காங்கே முணுமுணுப்பு கிளம்பியது. பலர் தங்களது எண்ணங்களை உரக்கவே வெளியிடவும் செய்தனர்.

“இவங்களையெல்லாம் சும்மா விடக் கூடாதுங்க. ஜாதிக் கொழுப்பு”

“பாப்பாரப் பயலுக்குத் திமிரப் பாரு. போலீஸ்காரன் மேல கைய வெக்கற அளவுக்கு”

“பாம்பையும் பாப்பானையும் பாத்தா பாம்பை அடிக்காதேன்னு சும்மாவா சொன்னாங்க”

பாப்பான் பற்றிய பழமொழிகளைத் தாராளமாகக் கேட்க முடிந்தது. அதற்கு மேல் என்னால் அங்கு நிற்க முடியவில்லை. வேகமாக பேருந்தின் வாயிலை நோக்கி விரைந்தேன். கூட்டத்தை முண்டியடித்துக்கொண்டு, பேருந்தை விட்டுக் கீழே இறங்கும் வரை எனது குடுமியை யாராவது பார்த்துவிடப் போகிறார்களே என்று பயமாக இருந்தது.

—(கணையாழி, பிப்ரவரி 1981)—

ஏகம் ஸத்

கண்ணுக்கெதிரே விரிந்து கிடந்த நீலக்கடல் பரப்பைப் பார்த்தவாறு அனைத்தையும் மறந்தவனாக அவன் நின்றுகொண்டிருந்தான். தூரத்திலிருந்து கரு நீல ஜமக்காளமாய், அமைதியாய்த் தென்பட்ட கடல், அருகிலிருந்து பார்க்கும்போது கொந்தளிப்புகளுடன் மிகவும் வித்தியாசமாக இருந்தது.

எத்தனை வர்ணங்கள்! தொடு வானத்திற்குச் சற்று மேலே மேகங்களற்றிருந்த வானத்தின் வெளிறிய நீலம்; அதன் கீழே வானம் கடலை முத்தமிட்ட மனோகரமான அந்த விளிம்பின் ஆழ்ந்த கரு நீலம். அங்கிருந்து கரையை நோக்கி வரவர, வெவ்வேறு 'ஷேட்' நீலங்கள். எல்லாமே நீலம்தான். ஆனாலும் அவை ஒவ்வொன்றும் ஏதோவொருவிதத்தில் துல்லியமாக வேறுபட்டிருந்தன.

ஆழங்குறைந்த கரையோரத்தில் நீர் ஒரு செம்பொன் நிறமாக ஜொலித்தது. மாலைக் கதிரவனின் கதிர்கள் அதில் பட்டுத் தெறித்த போது,

ஏதோ தங்கப் பாளம் வெடிப்பது போலிருந்தது. ம்ஹூம்.. இது அல்பமான மனித உதாரணம். இதற்கு உவமை கூற முயல்வதே இதன் பேரழகை மான பங்கப்படுத்தும் முயற்சி.

திடீரென்று, சராசரிக்கும் சற்று அதிக வேகத்துடன் வந்த அலையொன்று அவனது கால்களின் கீழ் மணலை அரித்துக்கொண்டு, பாதங்களை மென்மையாக வருடிச் சென்றது. அது கடலை நோக்கி வடிந்ததும், அது விட்டுச் சென்ற மெல்லிய நீரின் வரைபடம் வெகுவேகமாக உலர்ந்து காணாமல் போயிற்று. மண்ணில் தோன்றிய கொப்பளங்கள் சில வினாடிகள் தயங்கி விட்டு மறைந்தன. மணலுக்குப் புளகாங்கிதத்தில் மயிர்க்கூச்செறிவது போல்.. (சே! மீண்டும் மனித உதாரணம்) பிறகு எதுவுமே நடவாதது போல், அதே மணல் மீண்டும்.

வெய்யில் அதிகமாக இல்லை. இது மாதிரி தனியாக, மாலை வேளையில், கூட்டம் அதிகமில்லாத கடற்கரைக்கு அவன் இதுவரை வந்ததில்லை. இதுமாதிரி உணர்ந்ததுமில்லை. இதுவரை அனுபவித்திராத அந்த உணர்வு உடல் பூராவும் பரவுவதை உணர்ந்தான்.

இது மகிழ்ச்சியா? நிறைவா? சோகமா? அல்லது எல்லாமேவா? மறுபடியும் மனிதப் பிரயத்தனங்களின், வார்த்தைகளின் முயற்சி அவனுக்கு அல்பமாகப்பட்டது.

திடீரென்று அந்தக் கடலுடன் அறுக்க முடியாத ஒரு பிணைப்பு ஏற்பட்டுவிட்டது போல் உணர்ந்தான். அந்தக் கடலுடன் மட்டுமல்ல... அந்த மணற்பரப்பு, சிப்பிகள், நண்டுகள், சங்குகள், அந்தப் பளபளப்பு, அழுக்கு எல்லாவற்றுடனும்...

ஜெட்டி, மார்புக் கச்சையுடன் மணலில் படுத்திருந்த அந்த அமெரிக்க யுவதி, அவள் கணவன், சற்றுத் தொலைவில் கபடி ஆடிக்கொண்டிருந்த அந்த செம்படவச் சிறுவர்கள், தனியாகக் கட்டு மரத்தில் சென்று கொண்டிருந்த அந்த மீனவன், பயமும் குதூகலமுமாய் கடலை நோக்கித் தயங்கித் தயங்கி ஓடிக்கொண்டிருந்த அந்த வட இந்தியக் குழந்தை,

அதை ரசித்துக்கொண்டிருந்த அதன் பெற்றோர்கள்... எல்லோருடனும் ... உயிரிணை, அஃறிணை வேறுபாடு கூட இல்லாமல் ....

பிணைப்பு என்ன? எல்லாமே நான் தான் என்று அவனுக்குத் தோன்றியது.

ஆம், எல்லாமே அவன் தான்.

பிறப்பு, இறப்பு இல்லாத, நித்யமான, சாஸ்வதமான, எங்கும் நிறைந்த, இந்திரியங்களுக்கு அப்பாற்பட்ட அவன் ... அல்லது அது.

இவ்வுலகில் இரண்டாவது என்பதே இல்லை. ஒன்றுதான், ஒன்றேதான் உண்டு. அதுதான் நிஜம். ஸத்யம்.

'ஏகம் ஸத் விப்ரா பஹுதா வதந்தி' (உண்மை ஒன்றே. அறிஞர்கள் பலவாக அழைக்கிறார்கள்) இரண்டும் இரண்டும் நாலு என்பது மாதிரி நிச்சயமாகத் தெளிவாகப் புரிந்தமாதிரி இருந்தது அவனுக்கு.

ஆஹா! இந்தக் கணம், இந்தப் பேரானுபவம், இதன் பயங்கரம், இதன் ஆனந்தம் எல்லாம் நீடிக்க வேண்டுமே என்ற கவலை அவனைப் பிடித்துக்கொண்டது. அந்த அனுபவம் கையில் தணலைப் பிடித்துக்கொண்டிருப்பதைப் போன்ற, பொறுக்க முடியாத அவஸ்தையாக இருந்தது.

இதை விட்டுவிடக் கூடாது. இழக்கக்கூடாது.

அவனது சபிக்கப்பட்ட மூளையிலிருந்து 'இது வெறும் தற்காலிகம், தியானத்தின் போது ஏற்படுவது போன்ற ஒரு அபூர்வமான தருணம் அவ்வளவுதான்' என்று எச்சரிக்கை வந்து கொண்டிருந்தது.

இல்லை. இம்முறை இதை அப்படி விடமாட்டேன். இதையே நிரந்தரமாக்கப் போகிறேன். இந்த எல்லாமே நானாக, நானே அவனாக, அதுவாக, அந்த அது ஒன்றே ஒன்றாக, எல்லாமாக, வியாபித்து நிற்கும் இந்த மகானுபவத்தை இழக்கப் போவதில்லை.

அவனுக்கு அப்போது அதை நிறைவேற்ற ஒரே ஒரு வழிதான் புலப்பட்டது. அந்த வழியின் லாப, நஷ்டங்கள், முன்பின் விளைவுகள் பற்றி அவன் சிந்திக்கும் நிலையில் இல்லை. எதனாலோ உந்தப்பட்டவன் போல், கடலை நோக்கி நடந்தான்.

இதென்ன? சாவா? தற்கொலையா? சமாதியா? ஞானமா? அல்லது பயித்தியக்காரத்தனமா? – அவன் மூளை மெதுவாக விழித்துக்கொண்டது.

பயம்தான் சாவு. யார் அப்படிச் சொன்னது? விவேகானந்தர் என்று நினைவு. அப்படியென்றால் இது சாவு இல்லை.

பின் இதுதான் முக்தியா? பிரம்ம நிலையா? நமக்கா?

கடலிலிருந்து புறப்பட்டு வானம் சென்று, நிலத்தில் விழுந்த மழைத்துளி, சிறு ஓடையாகி, சிற்றாறாகி, நதியாகி. மலை சமவெளி எதுவும் பாராது கடந்து, மீண்டும் கடலுடன் கலக்கும் உன்னதமான அனுபவம் – (தானா இது?)

அலைகள் கோபத்துடன் அவன் முகத்தில் வந்து அடித்தன. தண்ணீர் மட்டம் குதிகால், முழங்கால், இடுப்பு என்று மெதுவாக உயர்ந்து வந்தது.

வேகமாக வந்த பேரலையொன்று அவனை உருட்டி விட்டது. நீரில் தரையுடன் கொண்டிருந்த உறுதியான பிடிப்பை அவனது கால்கள் இழந்தன. தலைகுப்புற நீரில் விழுந்தான்.

கைகளையும் கால்களையும் திசை தெரியாமல் உதைத்தான். எப்போதோ அரைகுறையாய்க் கற்றிருந்த நீச்சல் முறைகளை அதீத அவசரத்துடன் பிரயோகித்துப்பார்த்தான். ஒன்றும் வரவில்லை. தண்ணீர் நாலாபுறமும் ஒரு வலை போல அமுக்கிச் சூழ்ந்துகொண்டது. தன்னை அறியாமல் அவன் குடித்துக்கொண்டிருந்த உப்பு நீர் வாயில் மிகவும் கரித்தது.

ஏதாவது திடப்பொருள் பிடித்துக்கொள்ள மிகமிக அத்தியாவசியமாகத் தேவைப்பட்டது அவனுக்கு.

ஐயோ! நாம் சாகப் போகிறோம்!

அடி வயிற்றிலிருந்து கிளம்பிய அந்தப் பயம் கண நேரத்தில் மூளையைச் சென்றடைந்து ஆக்ரமித்துக்கொண்டது. அவனது எண்ணம், மனது, உடல், செயல் எல்லாமுமே அந்தப் பயமானது. நிஜமான சாவை விடவும் அது பயங்கரமானதாக இருந்தது.

அந்தப் பயத்தின் ஒரு தொடர்ச்சி போல, ஒரு அமானுஷ்யமான வெறி அவனைப் பீடித்தது.

எப்படியாவது கரை சேர்ந்து விட வேண்டும்.

சிறிது காற்றுக்காக, உப்பு இல்லாத வெளிக்காக, ஒரு பற்றுக்கோலுக்காக, சிறிது கெட்டியான தரைக்காக ஆக்ரோஷத்துடன் உருண்டான்.

தண்ணீர்... எங்கும் தண்ணீர்.

மறுபடியும் காலில் தரை தட்டுப்படு, எப்படியோ அவனால் நீரில் மீண்டும் நிற்க முடிந்தபோது, நீர் மட்டம் தோள்வரை கூட இல்லை என்பதை உணர்ந்தான் மிகவும் வெட்கத்துடன். இந்த அனுபவம் அப்படியென்றால் சில வினாடிகள்தான் நீடித்திருக்க வேண்டும். அதிக பட்சம் ஒரு நிமிடம்! மை காட்!

சே! என்ன உப்பு! நிறையத் தண்ணீரைக் குடித்து விட்டாயென்று வயிறு அறிவித்தது. நாம் இன்னும் உயிரோடுதான் இருக்கிறோம் என்பதைச் சந்தேகமற உணர அவனுக்குச் சில வினாடிகள் தேவைப்பட்டன. அவனிடமிருந்து ஒரு கேவல் வெளிப்பட்டது. ஏனென்று தெரியாமல் சிறிது நேரம் நிதானமாக அழுதான். அப்புறம், வெட்கமாக, சிரிப்பாக இருந்தது அவனுக்கு.

கடல் எப்போதும் போல் ஆச்சரியங்கள் நிறைந்ததாய் ஓடிக்கொண்டிருந்தது.

அவன் கரையை நோக்கி நடக்கத் தொடங்கினான். அவன் உடல் இன்னமும் நடுங்கிக்கொண்டிருந்தது.

—(கணையாழி, ஜூன் 1984)—

ஆயுள் ரேகை

"திடீரென்று, ஏன் நாளையே, உங்களுக்கு ஏதாவது ஆகிவிடுகிறதென்று வைத்துக்கொள்வோம் ..." – எனக்கு ஆயுள் இன்ஷூரன்ஸ் (காப்பீடு) விற்க வந்திருந்த ஆலன் ரைட், சாதாரணமாக, ஏதோ பங்குச் சந்தை பற்றிக் குறிப்பிடுவது மாதிரி, பேச்சைத் துவக்கினார். அவர் சொன்ன "ஏதாவதின்" அர்த்தம் புரிவதற்கு எனக்குச் சில வினாடிகளாயிற்று.

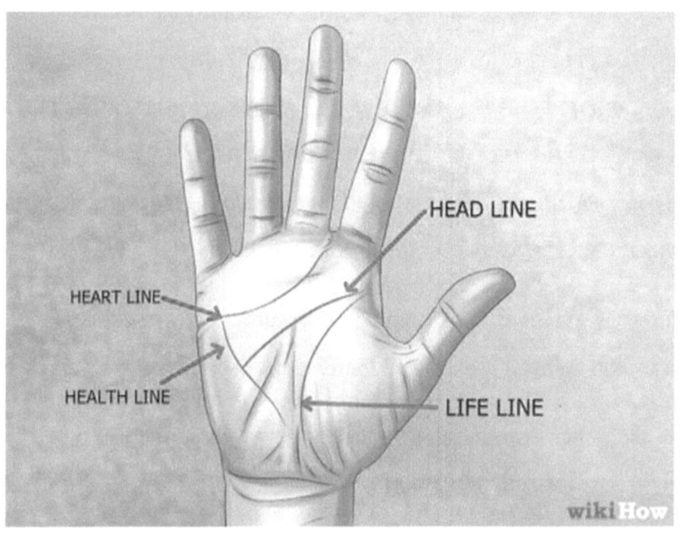

இன்னும் நூறு வருடங்களுக்குச் சாவதாக உத்தேசமில்லையென்று ஜோக்கடிக்க முயன்றேன் நான். ஆலன் ரைட் புன்னகைத்தார்.

ஆரோக்கியமாய்த்தான் இருக்கிறேன் என்றாலும், முப்பது வயது ஆகிவிட்டதால், திடீரென்று மாரடைப்போ கான்ஸரோ வருவதற்கான சாத்தியக்கூறுகள் எனக்கு அதிகரித்துவிட்டன என்றார். என்னதான் பத்திரமாய்க் கார் ஓட்டுபவன் என்றாலும், என் காருக்கு நேரெதிரே, எண்பது மைல் வேகத்தில் நன்றாகக் குடித்து விட்டுக் காரோட்டுபவன் எவனாவது வரமாட்டான் என்று என்ன நிச்சயம்? "ஏதாவது" நிகழ்வதற்கு இப்படிப்

பல வாய்ப்புகள் இருப்பதை எனக்குத் தெரிவித்தார் ரைட். அப்போது என் மனைவியையும் குழந்தையையும் யார் கவனித்துக் கொள்வார்கள்? அவர்களுக்கு என்ன பாதுகாப்பு இருக்கிறது?

நான் அவரது ‘டை’யை வேடிக்கை பார்த்துக்கொண்டிருந்தேன், அவ்வப்போது தலையாட்டிக் கொண்டு. இந்த அமங்கலப் பேச்சு மேலும் காதில் விழ வேண்டாமென்று என் மனைவி உமா, குழந்தை அருணைக் கவனித்து விட்டு வருகிற சாக்கில் நகர்ந்து விட்டாள்.

நாற்பது நாள் முன்பு, நான் தந்தையான விஷயம் உள்ளூர் செய்தித்தாள்களில், ஆறாவது பக்கத்தின் ஒரு மூலையில் இரண்டு வரிச் செய்தியாய் வெளி வந்ததிலிருந்து, நான் கவனிப்புக்குரியவனாகி விட்டதை உணர்ந்தேன். திடீரென்று நான் ஜீவித்திருப்பதைத் தெரிந்து கொண்ட மாதிரி, குழந்தைக்கான தொட்டில், கிலுகிலுப்பையிலிருந்து, டிஷ்யூ பேப்பர் வரை விற்பனை செய்ய ஒரு பட்டாளமே புறப்பட்டிருந்தது போல் உணர்ந்தேன். ஆனால், ஆயுள் இன்ஷூரன்ஸ், அதுவும் எனக்கு விற்க யாரும் வருவாரென்று நான் எதிர்பார்க்கவில்லை.

“தற்போது நீங்கள் வேறு ஆயுள் இன்ஷூரன்ஸ் ஏதாவது எடுத்துக்கொண்டிருக்கிறீர்களா?” ரைட் கவலையுடன் கேட்டார்.

“நான் வேலை பார்க்குமிடத்தில் இருபத்தைந்தாயிரம் டாலருக்கோ என்னவோ க்ரூப் ஆயுள் இன்ஷூரன்ஸ் இருக்கிறதென்று நினைக்கிறேன்”

“பீ நட்ஸ்! (சுண்டைக்காய் எனலாமா?)” என்றார் அலட்சியத்துடன். ‘அட, இவ்வளவு முட்டாளாய் இருக்கிறீர்களே’ என்ற பாவனையுடன், தனது பெட்டியிலிருந்து ஒரு வெள்ளைத்தாளையும் பேனாவையும் வெளியில் எடுத்தார்.

எனது ஈமச் சடங்கிலிருந்து தொடங்கி, அருண் வளர்ந்து கல்லூரிப்படிப்பை முடிப்பது வரையிலான பல்வேறு செலவுகளுக்கும் ஓர் உத்தேசமான தொகை ஒதுக்கினார். கால்குலேட்டரில் இச் செலவுகளைக் கூட்டிக் காண்பித்து, குறைந்த பட்சம் நூறாயிரம் டாலர்கள் வருவதாகச்

சொன்னார். ஆனால் நான் ஒன்றும் பயப்பட வேண்டியதில்லை. இந்த நூறாயிரம் 'டெர்ம்' ஆயுள் இன்ஷூரன்ஸுக்கு நான் மாதாமாதம் கட்ட வேண்டிய ப்ரீமியம் வெறும் பதினைந்து டாலர்கள்தான். எனது இளைய வயது காரணமாய் இந்தப் ப்ரீமியம் மிகவும் குறைவு என்றார். இதையே நான் 40 வயதிலோ, 50 வயதிலோ எடுத்தால், இரண்டு அல்லது மூன்று மடங்கு ஆகுமென்றும் தெரிவித்தார்.

'தன்னைச் சுற்றி எல்லோரும் இறந்து கொண்டிருப்பதைத் தினமும் பார்த்த பின்பும், தான் மட்டும் சிரஞ்சீவியாய் இருக்கப்போவதாக மனிதன் நினைத்துக்கொண்டிருக்கிறான். இதுதான் உலகிலேயே ஆச்சரியமான விஷயம்' என்று தர்மபுத்திரர் யக்ஷனின் கேள்விக்குப் பதில் சொன்ன ஞாபகம். ஆலன் ரைட்டிற்கு இதைச் சொல்லிப் பிற்பாடு தன் பேச்சில் உபயோகித்துக்கொள்ளச் சொல்லலாமா என்று ஒரு கணம் தோன்றியது. சொல்லவில்லை.

"சரி, நல்லது. உங்களைச் சந்திக்க முடிந்தது பற்றி மிக்க மகிழ்ச்சி. நான் யோசித்து இன்னும் சில நாட்களில் என் முடிவைத் தெரிவிக்கிறேன்" என்று சொல்லி அவரை வழி அனுப்பிவைத்தேன்.

இதுபோல் வீடு தேடிவரும் விற்பனையாளர்களின் பேச்சுக்கு மயங்கி, பலப் பல தேவையே இல்லாத சாமான்களை இதற்கு முன் வாங்கியிருக்கிறேன் என்பதால், இவரைச் சாமர்த்தியமாய் அனுப்பிவிட்டது பற்றிப் பெருமையாக இருந்தது எனக்கு.

அன்று சனிக்கிழமை. நான் ஆலன் ரைட்டை அனேகமாக மறந்திருந்தேன். 'ஆஹா, இன்றும் நாளையும் வேலைக்குப் போக வேண்டாமே' என்ற நினைப்பின் சுகத்தில் ஆழ்ந்திருந்தேன். வார இறுதி எப்போது வருமென்ற எதிர்பார்ப்பிலேயே இதர ஐந்து நாட்களைக் கழுத்தைப் பிடித்துத் தள்ளும் சராசரி அமெரிக்கனைப் போலவே நானும் மெதுவாக ஆகி வருவதை உணர முடிந்தது.

அந்த சுகம் வெகு நேரம் நீடிக்கவில்லை. வீட்டில் செய்தாக வேண்டிய வேறு பல வேலைகள் நினைவுக்கு வந்தன. நாளை குழந்தையைப் பார்க்க எனது அமெரிக்க நண்பர்கள் சிலர் வருவதாக இருந்தனர். அதற்கு முன், தோட்டத்தில் புல் வெட்டியாக வேண்டும். வீட்டை ஒழித்து சுத்தம் செய்ய வேண்டும். இவை தவிர, பல மாதாந்திரக் கடன்களுக்குக் காசோலை அனுப்ப வேண்டும். இந்தியாவுக்கு எழுத வேண்டிய கடிதங்கள் வேறு சேர்ந்து கொண்டிருந்தன.

குழந்தையைக் கவனித்துக்கொள்வது இருபத்தி நாலு மணி நேர வேலையென்று அனுபவஸ்தர்கள் சொன்ன போது சட்டை செய்யாதது பற்றி இப்போது உறுத்தியது.

அமெரிக்கப் பிரஜையாகப் பிறந்தாலும், பெற்றோர்களின் தாய் நாட்டுப்பற்று காரணமோ என்னமோ, இந்தியாவில் இரவாக இருக்கும்போது மட்டுமே தூங்குவதென்று என் பையன் அருண் தீர்மானித்துவிட்டதாகத் தோன்றியது. இங்கு எங்களுக்குத் தூக்கம் கண்களை அழுத்தும்போது, அருணுக்கு அழுகையும் விழிப்பும் வந்து விடும்.

பல குழந்தை வளர்ப்புப் புத்தகங்கள் படித்த பிறகுதான், ஒரு புத்தகத்திலும் ‘குழந்தையின் அழுகையை நிறுத்த நிச்சயமான நூறு வழிகள்’ போடவில்லை என்று தெரிய வந்தது. குழலும் யாழும் நடு நிசியின் நிசப்தத்தில், நிறுத்த வழியில்லாமல் ஒலிக்கக் கேட்டிருந்தால், வள்ளுவர் இப்படி விஷயம் தெரியாமல் பாடியிருக்க மாட்டரென்றும் தோன்றியது.

அற்புதமான தருணங்களுக்கும் குறைவில்லைதான். இரவெல்லாம் கதறியழுது எங்களது பொறுமையைச் சோதித்தபிறகு, காலை புலரும் போது ‘ஐயோ பாவமே’ என்று உறங்கிப்போகும் குழந்தையின் முகத்தைப் பார்த்துக்கொண்டிருப்பதன் சுகமே அலாதி. களங்கமற்ற அதன் முகத்தைப் பார்க்கையில் ராத்திரி அதன் மீது கோபப்பட்டது பற்றிக் குற்றவுணர்வு தாக்கும். திடீரென்று அதன் இதழ்களில் பூக்கும் புன்னகையைப் பார்க்கும் போது, என் பாட்டி சொல்வது போல், கடவுள் அதன் கனவில் வந்து ரோஜாப்பூ காட்டுவது உண்மைதானோ என்று சந்தேகம் வரும். எனது நண்பர்கள்,

உறவினர்கள் மாதிரி நானும் மற்றவர்களுக்குப் போரடிக்கும் வரை என் குழந்தையைப் பற்றிப் பேச ஆரம்பித்துவிடுவேனோ என்று இப்போதே எனக்குப் பயமாக இருந்தது.

“இங்க வாங்கோ ஒரு நிமிஷம்” என்று சற்று அதிர்ந்த குரலில் உமா கூப்பிடுவது கேட்டது. உமா தொட்டிலின் அருகில் நின்று குழந்தையை வெறித்துப் பார்த்துக் கொண்டிருந்தாள். அவள் பதட்டமடைந்திருப்பது தெரிந்தது.

“குழந்தையைக் கொஞ்சம் தொட்டுப் பாருங்கோ” என்றாள்.

நான் தொட்டுப் பார்த்தேன். அருண் உடம்பு அனலாய்க் கொதித்தது. சைக்கிளோட்டுவது போல் விழித்திருக்கும் போதெல்லாம் வேகவேகமாய்க் கைகளையும் கால்களையும் ஆட்டிக் கொண்டிருக்கும் குழந்தை அசைவே இல்லாமல் படுத்துக்கொண்டிருந்தது. அதன் கண்கள் ஒளியிழந்திருந்தன. அப்போதுதான், முந்தின இரவு வழக்கம் போல் அடிக்கடி எழுந்திருந்து அழவில்லையென்பதும், சரியாய்ப் பால் குடிக்கவில்லையென்பதும், குடித்த பாலையும் கக்கி விட்டதென்பதும் வரிசையாய் நினைவுக்கு வந்தன.

“ஒண்ணுமில்ல. பயப்படாதே. என்ன டெம்பரேச்சர் இருக்குன்னு பாத்துடலாம்” என்றேன்.

குழந்தையின் அக்குளில் தெர்மாமீட்டரை வைத்துப் பார்த்த போது நூற்றி இரண்டு டிகிரி இருந்தது. பொதுவாய், வாயிலோ, பிருஷ்ட பாகத்திலோ இருப்பதை விட அக்குளில் டெம்பரேச்சர் சற்றுக் குறைவாய் இருக்குமென்று படித்ததும் அனாவசியமாய் நினைவுக்கு வந்தது.

குழந்தை டாக்டருக்கு ஃபோன் செய்வதென்று தீர்மானித்தேன். டாக்டர் ஒரு குழந்தையைப் பரிசோதனை செய்து கொண்டிருப்பதாகவும், விவரங்களைத் தன்னிடம் சொன்னால், தான் டாக்டரிடம் தெரிவித்து விடுவதாகவும் டாக்டரின் உதவியாளர் சொன்னார்.

குழ்ந்தையின் பெயர், பிறந்த தேதி, கடைசியாய்ப் பார்த்த போது எடை, குடிப்பது தாய்ப்பாலா, புட்டிப்பாலா, கடைசியாய்க் குடித்தது எப்போது, வாந்தி

எடுத்ததா, டெம்பரேச்சர் எடுத்தது எப்போது, சிறு நீர், மலம் எப்படிப் போகிறது, எனது ஃபோன் நம்பர் ஆகிய் விவரங்களைப் பொறுமையாகச் சொன்னேன். டாக்டர் இன்னும் சிறிது நேரத்தில் கூப்பிடுவார் என்றார்.

நான் முகத்தைச் சாதாரணமாக வைத்துக்கொள்ள முயன்றேன்.

“குழந்தைக்கு எதுவும் ஆகிவிடாதே?” மெதுவான, தன்னைத்தானே சமாதானம் செய்து கொள்ளும் குரலில் உமா கேட்டாள். ‘எதுவும்’ – ஆலன் ரைட் சொன்ன ‘ஏதாவது’ மாதிரி – சொல்லவே பயம்.

“சீ அசடு! காய்ச்சல் எல்லாக் குழந்தைக்கும்தான் வரும். தைரியமா இரு” என்றேன். ஆனால், தைரியமாக என்னால் இருக்க முடியவில்லை.

அழுகையைத் தவிர வேறு மொழியெதுவும் அறியாத, பரப்பிரம்மமாய் இருக்கும் இந்தக் குழந்தைக்கெல்லாம் காய்ச்சல் வரவேண்டுமா கடவுளே!

அருணின் ஜாதகம் சட்டென்று என் நினைவில் வந்தது. எட்டுக்குடையவன் லக்னத்தில் சுபர்களுடன் இருப்பதால், பூரண ஆயுள்தான் என்று குடும்ப ஜோதிடத்தில் படித்த நினைவு. இருந்தாலும் அம்சத்தையும் கோசார பலனையும் பார்க்க வேண்டுமோ? சீச்சீ! இதென்ன மூடத்தனம்! எனது எண்ணங்கள் போகிற போக்கைப் பார்த்து எனக்கே வெட்கமாக இருந்தது. ஜாதகமாவது மண்ணாங்கட்டியாவது!

ஃபோன் அடித்த போது, ஓடிப்போய் எடுத்தேன்.

“ஆம் டாக்டர், நான் குழந்தையின் அப்பாதான் பேசுகிறேன்”. உமா நான் பேசுவதை உன்னிப்பாகக் கவனித்துக்கொண்டு, மறு முனையில் டாக்டர் பேசுவதை ஊகிக்க முயன்றுகொண்டிருந்தாள்.

உடனே குழந்தையைப் பரிசோதனைக்கு எடுத்து வரச் சொல்லுவாரென்று நான் எதிர்பார்க்கவில்லை. குழந்தைக்கு இரண்டு மாதமாகிவிட்டால், உடலில் எதிர்ப்புச் சக்தி ஓரளவுக்கு ஸ்திரப்பட்டு விடுமாம். அதுவரை எதற்கும் முன் ஜாக்கிரதையாய் இருப்பது நல்லதாம்.

குழந்தை டாக்டரின் காத்திருக்கும் அறையில் நல்ல வேளையாய்க் கூட்டம் அதிகம் இருக்கவில்லை. ஆரன் என்று டாக்டரின் செயலாளர் அழைத்தது அருணைத்தான் இருக்க வேண்டுமென்று புரிந்துகொண்டு, டாக்டரின் அறைக்குள் நுழைந்தோம். வழக்கம்போல் புன்னகையுடன் அவர் வரவேற்றார்.

குழந்தையின் எடையில் திருப்திகரமான முன்னேற்றம் என்றார். உமாவுக்குச் சற்று நிம்மதியாயிற்று. டாக்டர் பரிசோதனை செய்த போதும், அருண் அழவில்லை என்பது எனக்குக் கவலை அளித்தது.

டாக்டர் நிதானமாகப் பேசினார் –

“ஏதோ இன்ஃபெக்ஷன் அல்லது வைரஸ் காரணமாகத்தன் இந்தக் காய்ச்சலும் சோர்வும் என்று தோன்றுகிறது. ஆனால் எந்தப் பாகத்தில் என்று இப்போது என்னால் சொல்ல இயலவில்லை. எதற்கும் இரத்தம், சிறுநீர் இவைகளைப் பரிசோதனை செய்து, மார்பு எக்ஸ்–ரேயும் எடுத்துப் பார்த்து விடுவது நல்லது. குழந்தை இரண்டு நாள் ஆஸ்பத்திரியில் அப்சர்வேஷனில் இருக்கட்டும்”

“இப்போதே ஆஸ்பத்திரியில் அட்மிட் பண்ணச் சொல்கிறீர்களா?” என்றேன் அதைத்தான் சொல்கிறார் என்பது தெரிந்தும்.

என் முகத்தைப் பார்த்து விட்டு, “பயப்பட ஒன்றுமில்லை. இது ஒரு முன் ஜாக்கிரதையான ஏற்பாடு. அவ்வளவுதான்” என்றார்.

நானும் உமாவும் கவலையுடன் ஒருவர் முகத்தை ஒருவர் பார்த்துக்கொண்டோம்.

ஆஸ்பத்திரி அங்கிருந்து அருகில்தான் இருந்தது. காரில் குழந்தையுடன் ஆஸ்பத்திரிக்கு விரைந்த போது, உமா மனதுக்குள் ஸ்லோகங்கள் சொல்ல ஆரம்பித்திருந்தாள். மலைக் கோட்டைத் தாயுமான சுவாமிக்கு இன்னும் சில வேண்டுதல்கள் சேர்ந்திருக்கும்.

“அட்மிஷன்” பகுதியில் கம்ப்யூட்டர் டெர்மினலின் பின்னால் அமர்ந்திருந்த பெண்ணின் முகத்தில் எங்களைப் பார்த்ததும் சட்டென்று ஸ்விட்ச் போட்ட மாதிரி ஒரு செயற்கைப் புன்னகை மலர்ந்தது. எனது பெயர், விலாசம், ஹெல்த் இன்ஷூரன்ஸ் போன்ற விவரங்களை நான் சொல்லச் சொல்ல, கம்ப்யூட்டரில் எண்டர் செய்தாள். பிறகு, ப்ரிண்டரிலிருந்து ஒரு காகிதத்தைக் கிழித்து எங்களிடம் கொடுத்து, இரண்டாம் மாடியில் ஸிந்தியா என்ற நர்ஸிடம் கொடுக்கச் சொன்னாள். குழந்தைக்கு எவ்வளவு அடர்த்தியான, கறுப்பான முடி என்று ஆச்சரியப்பட்டாள்.

இரண்டாம் மாடி ஸிந்தியா எங்களை, எங்கள் அறைக்கு அழைத்துச் சென்றாள். படுக்கை போட்டிருந்த கட்டிலை எப்படித் தலைப் பாகத்தை மட்டும் உயர்த்தவோ தாழ்த்தவோ முடியுமென்று காட்டினாள். எந்தப் பொத்தானை அழுத்தினால் நர்ஸ் வருவார், டி.வி., ஃபோன் இவைகளை எப்படி உபயோகிப்பது என்றெல்லாம் விளக்கினாள். வெளியே போகும் போது, குழந்தைக்கு இரத்தம் எடுக்க வேறு நர்ஸ் வருவார் என்று கூறிச் சென்றாள்.

இம்முறை பேஷண்ட் நானோ உமாவோ அல்ல, குழந்தை என்ற நினைவு மனதை என்னவோ செய்தது. அவ்வளவு பெரிய மெத்தையில் குழந்தை பொருத்தமில்லாமல் சிறியதாய்ச் சோர்ந்து படுத்துக்கொண்டிருந்தது.

தட்டு நிறைய உபகரணங்களுடன் வயதான நர்ஸ் ஒருத்தி உள்ளே வந்தாள். குழந்தையின் பாதத்திலிருந்து இரத்தம் எடுக்கப்படுவதையும் அது துடித்துக் கதறி அழுவதையும் நாங்கள் ஏற்கனவே பார்த்திருக்கிறோம். இன்னொரு முறை இந்தக் கொடுமையைப் பார்க்கத் தைரியமில்லாமல், நாங்கள் அறைக்கு வெளியே வந்து விட்டோம்.

காரிடாரில் நின்று கொண்டிருந்த எங்களிடம் சிறிது நேரம் கழித்து அந்த நர்ஸ் வந்து இரத்தம் எடுத்தாகிவிட்டதென்றாள். இன்னும் சிறிது நேரத்தில் டாக்டர் வருவாரென்றும் அது வரை குழந்தைக்குப் பால் கொடுக்க வேண்டாமென்றும் சொன்னாள்.

நாங்கள் மீண்டும் அறைக்குள் நுழைந்த போது, கதறிய குழந்தை அசந்து தூங்கிப்போயிருந்தது. சுமார் ஒரு மணி நேரம் பொறுமையில்லாமல் காத்திருந்த பிறகு, டாக்டர் உள்ளே வந்தார். குழந்தை மீண்டும் வீறிட ஆரம்பித்தது. எனக்கு அந்த அலறல் இன்னிசையாய் ஒலித்தது.

“சிறு நீர், இரத்தப் பரிசோதனை முடிவுகள் வந்துவிட்டன. பயப்பட ஒன்றுமில்லை. எக்ஸ்-ரே கூட எடுக்க வேண்டாம். ஏதாவது வைரஸாக இருக்கலாமென்று நினைக்கிறேன். எதற்கும் இன்றைக்கும் நாளைக்கும் குழந்தைக்குப் பால் கொடுக்க வேண்டாம். “பீடியாலைட்” (சில அத்தியாவசியமான உப்புகள் நிறைந்த திரவம்) மட்டும் தந்தால் போதும். இரண்டு மணிக்கொரு தடவை நர்ஸ் வந்து கொடுத்துவிட்டுப் போவார். நான் நாளைக் காலை வந்து பார்க்கிறேன்” என்றார் அமைதியான நம்பிக்கையளிக்கும் குரலில்.

மணிக்கொரு தடவை டெம்பரேச்சர் எடுத்துச் சென்றார்கள். இரண்டு மணிக்கொரு தடவை பீடியாலைட் கொடுக்கப்பட்டது. இரவு எட்டு மணி வாக்கில் ஜுரம் இறங்கத் தொடங்கியது. குழந்தையின் முகத்தில் பழைய நிறமும், கண்களில் ஒளியும் வரத் தொடங்கியிருந்தன.

அன்று முன்னிரவில் அனேகமாய்ப் பழைய மாதிரி குழந்தை அழுதது. அந்த அழுகை, நர்ஸுகளின் வரவுக்கிடையே அந்த அறையிலிருந்த குறுகலான மெத்தையில் பழக்கமில்லாத வெளிச்சத்தில் நாங்கள் அரைகுறையாய்த் தூங்கினோம்.

காலை சுமார் நாலு மணி வாக்கில் பாத்ரூம் செல்வதற்காக எழுந்த நான், உமாவுக்குக் கூடத் தெரியாமல், மெதுவாகக் குழந்தையின் கட்டிலருகே சென்று, அருணின் மென்மையான் ரோஜா வண்ண வலது கையைப் பிரித்துப் பார்த்தேன். அவனது ஆயுள் ரேகை மணிக்கட்டு வரை நீண்டிருப்பது தெரிந்தது.

என் கையைப் பார்த்துக் கொண்டேன். ஏற்கனவே பல முறை பார்த்ததுதான். ஆயுள்ரேகை குட்டையாய் இரண்டங்குல நீளம்தான் இருந்தது.

“கைரேகை ஜோஸியத்தை நம்புபவன் முட்டாள். மேலும், ஆயுள்ரேகை குட்டையாயிருந்தால் ஆயுள் கம்மியென்று அர்த்தமில்லை” என்று எனக்கு நானே இன்னொருமுறை சொல்லிக்கொண்டேன்.

எதற்கும், திங்கட்கிழமை காலை, ஆலன் ரைட்டிடம், ஆயுள் இன்ஷூரன்ஸ் பாலிசியை எடுத்துக்கொள்வதாகச் சொல்லிவிடலாமென்று தீர்மானித்துக்கொண்டேன். மாதம் அதிகப்படியாய் பதினைந்து டாலர்தானே!

—(கணையாழி, அக்டோபர் 1988)—

நாலணாப் பெறாத பழைய புத்தகம்

பழைய புத்தகக் கடையைப் பார்த்ததும் மனது பிஸ்கட்டைக் கண்ட நாயாகத் தாவியது. சாவகாசமாய்ப் பழைய புத்தகக் கடையில் புத்தகங்களைக் குடைந்து எத்தனை வருடங்களாகிவிட்டன! முன்பெல்லாம் இந்தக் கடையில் ஒரு கிழவர் உட்கார்ந்திருப்பார். அவர் இப்போது உயிருடன் இருக்கிறாரோ இல்லையோ. எனக்கு இலேசாகச் சிரிப்பு வந்தது. அவரைக் கிழவர் என்று எண்ணுமளவிற்கு நமக்கு என்ன வயது குறைச்சலா? வேலையிலிருந்து ஓய்வு பெற்று இரண்டு வருடங்களாகிவிட்டன.

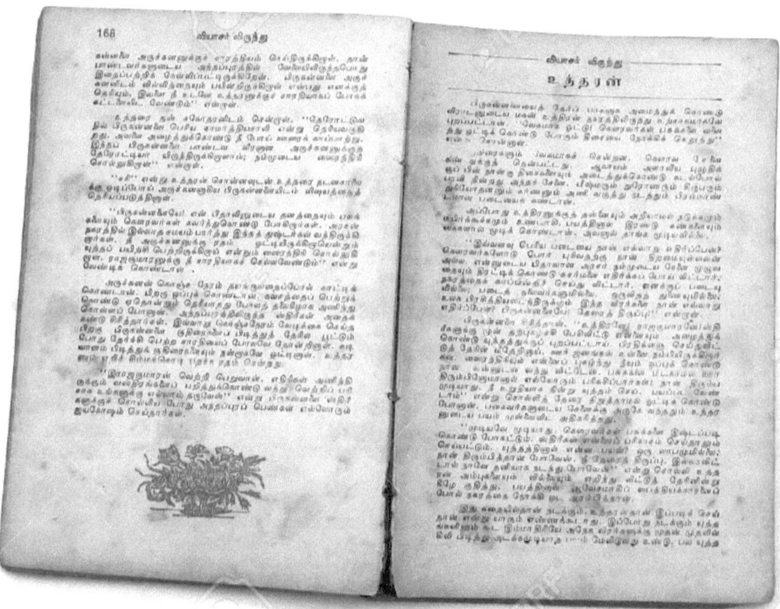
168 வியாசர் விருந்து

வியாசர் விருந்து

உத்தரன்

கடையில் இப்போது இருந்தவன் இளைஞன். நான் எப்போதும் செய்வது போல், வரிசையாய் அடுக்கியும் பரப்பியும் மேலே தொங்கிக்கொண்டுமிருந்த புத்தகங்களை நோட்டம் விட ஆரம்பித்தேன்.

கடைக்கார இளைஞன் ஒரு வாங்கக்கூடிய ஆளைக் கண்டுகொண்ட மகிழ்ச்சியில், "என்ன சார், என்ன புத்தகம் வேணும்? சுஜாதா, பாலகுமாரன், ராஜேஷ்குமார், சிவசங்கரி, இந்துமதி, லட்சுமி, மணியன்..." என்று சர்வர் ஓட்டலில் ஒப்பிப்பது மாதிரி ஒப்பித்தான்.

நான் அவ்வளவாகக் கண்டு கொள்ளாததிலிருந்து, இவர் வேறு ரகம் போலிருக்கிறது என்று எண்ணியவனாய், "சாண்டில்யன், கல்கி, நா.பார்த்தசாரதி, கோ.வி.மணிசேகரன், வேணுகோபாலன் ..." என்று சரித்திர நாவலாசிரியர்கள் பட்டியலை நீட்டினான் இம்முறை.

நான் ஒன்றும் கேளாத மாதிரி, மௌனமாய்ப் புத்தகங்களைப் புரட்டிக்கொண்டிருந்தேன். இதென்ன, இந்த ஆள் இதற்கும் மசியவில்லையே என்று அவன் எண்ணியிருப்பான் நிச்சயம். வயதான ஆள்தானே என்று ஒருவேளை யோசித்திருக்கலாம்.

"தேவன், தமிலன், சாவி, எஸ்.வி.வி., நாடோடி – இவங்களோட நகைச்சுவைப் புஸ்தகமெல்லாம் கூட இருக்கு சார்" என்றான்.

அவனது புத்தக ஞானம் என்னை ஆச்சரியப்பட வைத்தது. இதற்கு மேலும் பேசாமிலிருந்தால், விரட்டி விடுவானென்று தோன்றியது.

"இருப்பா, நான் தேடற புஸ்தகத்தைப் பத்தியோ, எழுத்தாளர் பத்தியோ உனக்கு அனேகமாத் தெரிஞ்சிருக்காது. அதனால நானே தேடிப் பாத்துக்கறேன். இங்க அடுக்கி வச்சிருக்கியே இதயெல்லாம் பாக்கறதுலே உனக்கு ஒண்ணும் ஆட்சேபணை இல்லியே" என்றேன் சமாதானமான குரலில்.

"அதென்ன சார் அப்படிக் கேக்கறீங்க? பாக்கறதுக்குத்தானே வச்சிருக்கேன் இதெல்லாம். எழுத்தாளர் யாரு, புஸ்தகம் பேரென்னன்னு சொன்னீங்கன்னா நானே சுளுவா எடுத்துக் குடுத்துவேனே" என்றான்.

எனது திருப்தியின்மையைப் பார்த்து, 'சரி, இந்த ஆள் இலக்கியப் பத்திரிகை ரகம் போலிருக்கு' என்று அவன் தீர்மானித்திருக்க வேண்டும்.

“அசோகமித்திரன், ஆதவன், இந்திராபார்த்தசாரதி, ஜானகிராமன், க.நா. சு, சுந்தர ராமசாமி யிலிருந்து ஜெயமோகன் வரைக்கும் கூட வச்சிருக்கேன் சார்” என்றான். அதைச் சொன்ன போது, எனக்கும் இவர்களையெல்லாம் தெரியுமென்று காட்டிக்கொள்வதில் அவன் பெருமைப்பட்ட மாதிரித் தோன்றியது.

நான் அவன் சொல்லிக்கொண்டிருக்கையில் தரையிலிருந்து ஒன்றன் மேல் ஒன்றாக அடுக்கி வைக்கப்பட்டிருந்த புத்தகத் தூண்களைத் தொடர்ந்து குடைந்துகொண்டிருந்தேன். அவன் சொல்வதைச் சரியாகக் காதில் வாங்கிக் கொள்ளாத மாதிரி நடந்துகொண்டேன்.

அவனுக்கு இப்போது நியாயமான எரிச்சல் வந்தது. நேரத்தைப் போக்குவதற்காக, எதையோ தேடுவது போல் பாவனை செய்யும் சரியான சாவுக்கிராக்கிக் கிழவன் என்று என்னை நினைத்திருப்பான் நிச்சயம்.

“அட, என்ன புஸ்தகம் வேணும்னு சொல்லித்தான் ...” என்றவன் “தொலையுங்களேன்” என்று வாயில் வந்ததை விழுங்கியவன் போல், “பாருங்களேன்” என்று முடித்தான்.

இனியும் இதைத் தவிர்ப்பதில் பயனில்லையென்று நான் உணர்ந்தேன். நிறுத்தி, நிதானமாக, “தி. வ. சங்கரசுப்ரமணியம் அப்படின்னு ஒரு எழுத்தாளர் இருந்தார். அவர் ‘திவசம்’ கிற பேர்ல எழுதின ‘ஒரு நாள் கழிந்தது’ நாவல் இருக்கா உங்கிட்ட?” என்றேன் இலேசான புன்சிரிப்புடன், இவனுக்கு நிச்சயமாகத் தெரிந்திருக்காதென்ற நம்பிக்கையுடன்.

“இதை முன்னாடியே சொல்லியிருக்க வேண்டியதுதான?” என்ற அவன் பதில் என்னை அனேகமாக மயக்கம் போட வைத்துவிட்டது. அவன் தொடர்ந்தான்.

“அந்த ‘திவசம்’ கிற ஆள் பெயரை முதல் தடவையா ஒரு வாரம் முந்திதான் நான் கேள்வியே பட்டேன். நீங்க சொன்ன அதே நாவல் பேரைச் சொல்லி அது என்கிட்ட இருக்கான்னு கேட்டுக்கிட்டு உங்கள மாதிரியே

வயசான ஒருத்தர் வந்தாரு கடைக்கு நாலு நாள் முந்தி. நான் தேடிப் பாத்து வைக்கறேன் சார்னு அவர்கிட்ட சொல்லி வச்சிருந்தேன்.

நேத்துக் காலயில ஒரு பையன் வந்து ஒரு மூட்டை அரதப் பழசான புஸ்தகமாப் போட்டுட்டு அஞ்சு ரூபா வாங்கிட்டுப் போனான். அதிலெ ஒண்ணும் தேறாதுன்னுதான் நான் முதல்ல நினைச்சேன். ஆனா, எதேச்சையாப் பாத்தபோது, நீங்க சொன்ன அந்த 'ஒரு நாள் கழிந்தது' புஸ்தகம் அதில இருந்துச்சு. நான் அதத் தனியா எடுத்து வச்சுருக்கேன். உங்களுக்கு இப்ப அந்த புஸ்தகம் அவசியம் வேணுமா?"

நான் எனது ஆவலையும் படபடப்பையும் அடக்க முடியாமல், "ஆமாம். அவசியம் வேணும். என்ன விலையானாலும் பரவாயில்ல" என்றேன்.

சற்று யோசித்துவிட்டு, "பத்து ரூபா ஆகும் சார்" என்றான்.

பிறகு, அங்கு ஒரு மேசை மேல் தனியாக வைக்கப்பட்டிருந்த ஒரு புத்தகத்தை எடுத்துத் தூசு தட்டினான். ஓரங்களெல்லாம் சற்றுக் கரையானால் அரிக்கப்பட்டுத் தொட்டால் உதிர்ந்து விடும் போலிருந்த அந்த புத்தகத்தின் விலை பத்து ரூபாயென்று அறிந்த போது எனக்குச் சற்றுக் கோபம் வந்தது.

"ஏம்ப்பா, நாலணாக் கூடப் பெறாது இந்தப் புஸ்தகம். ஏதோ நான் அவசியம் வேணும்னு கேட்டதுக்காக இப்படியா அனியாயமாப் பத்து ரூபாங்கறது"

கடைக்காரன் அசரவில்லை. "நாலு நாள் முன்னாடி வந்த ஆளு, இருபது ரூபா கூடத் தர்றதா சொல்லியிருந்தாரு சார். அந்த ஆளு மறுபடி வருவாரோ இல்லையோங்கற சந்தேகத்துனாலதான், உங்களுக்குப் பத்து ரூபாய்க்கே தரச் சம்மதிச்சேன். அதுக்குப் பத்து பைசாக் கூடக் குறைக்க முடியாது" என்று தீர்மானமாகச் சொல்லிவிட்டான்.

"சரி, இருபது ரூபாய்க்குக் கேட்ட அந்த ஆளுக்கே நீ வித்துக்கோப்பா" என்று சொல்லிவிட்டுக் கடையிலிருந்து வெளியே வந்தேன்.

1958 இல் பிரசுரமான எனது 'ஒரு நாள் கழிந்தது' நாவலை தேடிப்பிடித்துப் படிக்க விரும்பும் எனது முகந்தெரியாத இரசிகனை நினைத்து மிகவும் சந்தோஷமாக இருந்தது.

—(சாவி, 23-5-1982)—

ஒரு நிஜ இன்டர்வ்யூ

அன்று இரவு மூன்றாவது முறையாக எனக்கு விழிப்பு வந்தது. கனவுக்கும் நனவுக்கும் இடைப்பட்ட அந்தக் குழப்ப நிலையில் முதலில் ஒன்றும் புரியவில்லை. சுற்றிலும் இருட்டாக இருந்ததிலிருந்து இன்னும் விடியவில்லை என்பது மட்டும் தெரிந்தது. மூளை மெதுவாக இயங்க ஆரம்பித்து கண்கள் இருட்டுக்குப் பழக ஆரம்பித்ததும்தான் பக்கத்தில் படுத்திருக்கும் உருவங்கள், கதவு, ஜன்னல் எல்லாம் புலப்பட ஆரம்பித்தன.

பாதியில் நின்று போன கனவு மெதுவாக நினைவுக்கு வந்தது. நல்லவேளை அது கனவுதான் என்ற விஷயம் சற்று ஆசுவாசமாக

இருந்தது. ஒவ்வொரு இன்டர்வ்யூ தினத்தன்றும் அனேகமாக வரும் கனவுதான். அவசர அவசரமாய்ச் சட்டை பாண்ட் மாட்டிக்கொண்டு பஸ் பிடித்து, ஆட்டோ பிடித்து, மூச்சிரைக்க அங்கே போய்ச் சேர்ந்தால், எனது பெயர் முன்பே அழைக்கப்பட்டிருக்கும். இதே கனவு சில மாற்றங்களுடனும் வருவதுண்டு. அங்கே போய்ப் பார்த்ததும்தான் ஒரிஜனல் சான்றிதழ்களைக் கொண்டுவராதது நினைவுக்கு வரும். அல்லது சட்டையோ பாண்ட்டோ கிழிந்திருப்பதை அப்போதுதான் நான் கவனிப்பேன்.

இது மாதிரிக் கனவுகள் இன்னும் வருவது எனக்கு ஆச்சரியத்தை அளித்தது. இன்று போகப்போவது என் ஏழாவது இன்டர்வ்யூ. இன்டர்வ்யூ பற்றிய பயங்களைக் கடந்து விட்டதாகத்தான் நான் நினைத்துக்கொண்டிருந்தேன். இந்தக் கனவு ஏமாற்றத்தை அளிப்பதாக இருந்தது.

இனிமேல் தூக்கம் வருவது சந்தேகந்தான். மணி என்ன இருக்கும்? அந்த இருட்டில் பக்கத்தில் தூங்கும் தம்பி, தங்கை, அம்மா யாரையும் மிதிக்காமல், ஓசைப் படுத்தாமல், மேசையில் இடித்துக்கொள்ளாமல் ஸ்விட்சைப் போட்டு ஹால் கடிகாரத்தில் மணி பார்க்கவேண்டும். கைக்கடிகாரத்தை இன்னும் ரிப்பேர் செய்த பாடில்லை. சோம்பேறித்தனத்தை விடவும் ஹால் வெளிச்சம் அம்மாவை எழுப்பிவிட்டு விடுமே என்ற நினைவுதான் மணி பார்க்கும் நினைவை ஒத்திப்போடச் செய்தது. அம்மாவை எழுப்ப சிறு ஓசையோ வெளிச்சமோ போதும்.

எழுந்து கொல்லைப்புறம் செல்லும் கதவை ஓசைப்படாமல் திறந்தேன். வெளியிலிருந்து ஜில்லென்ற காற்று உள்ளே வீசியது. கொல்லை வாசற்படியில் உட்கார்ந்துகொண்டேன். விடிய ஆரம்பிப்பதற்கான அறிகுறிகள் தென்பட்டன. மணி நிச்சயம் ஐந்தாகியிருக்குமென்று தோன்றியது.

அந்த நிசப்தத்தில் எங்கோ கரைந்த காக்கையின் குரல் கூட இனிமையாக இருப்பதாகத் தோன்றியது. காம்பவுண்டு சுவரின் மறுபுறமிருந்த குடிசைகளில் ஏதோ ஒன்றிலிருந்து வாசலில் தண்ணீர் தெளிக்கும்

ஓசை கேட்டது. பெயர் தெரியாத ஏதோ குருவிகளும் உற்சாகமாய்க் கத்திக்கொண்டிருந்தன. காலை வேளைக்கே உரித்தான அந்த விவரிக்க முடியாத மணங்கலந்த காற்று சுகமாய் வீசிக்கொண்டிருந்தது.

தினம் தாமதமாய் எழுவதன் மூலம் என்னவொரு அற்புதமான அனுபவத்தை இழக்கிறோம்! சட்டென்று அந்த நினைவு உதித்தது எங்கிருந்தோ. இன்று நம்மோடு இன்டர்வ்யூவிற்கு வரவிருக்கும் யாராவது இன்னேரம் எழுந்திருப்பார்களா? சே! இதென்ன நினைவு! காலை நேரத்தின் இனிமையைக்கூட சற்று நேரம் நிம்மதியாக அனுபவிக்கமுடியாமல்! இப்படியா இந்த இன்டர்வ்யூ நம்மைப் பாதிக்க வேண்டும்?

யாரோ பின்னால் நிற்பது போல் தோன்றவே, திரும்பிப் பார்த்தேன். அம்மா நின்று கொண்டிருந்தார்.

“என்னடா, அதுக்குள்ள எழுந்துட்டியா? மணி அஞ்சேகால் தான ஆறது?”

“சரியாத் தூக்கம் வரல்லம்மா”

“நீ ஏன் அனாவசியமா கவலைப்பட்டுச் சாகற? இன்னிக்கென்னவோ உனக்கு நிச்சயமா வேலை கிடைச்சுடும்னுதான் தோண்றது எனக்கு”

“ஏன், உனக்கு இடது பக்கம் துடிச்சுதா? துடிச்சிருக்கணுமே!”

கேலியை அம்மா பொருட்படுத்தியதாகத் தெரியவில்லை.

“உனக்கென்னவோ கேலியா இருக்கு. ஆனா நிஜமாவே எனக்கு நேத்தி ராத்திரியிலிருந்தே இடது கண் துடிச்சுண்டுதான் இருக்கு. நீ வேணா பாரேன் இன்னிக்கு உனக்கு கெடைக்கறதா இல்லையான்னு”

ஒவ்வொரு இன்டர்வ்யூ தினத்தன்றும் அம்மாவுக்கு இடது கண் பொதுவாய்த் துடிக்கும். அம்மாவின் கூற்றில் எவ்வளவு பொய் கலந்திருக்கிறதென்று நான் ஆராய முற்பட்டதில்லை. அம்மாவின் இந்த வார்த்தைகள் எனக்கு ஆறுதலளித்தன என்பதை மறுக்க முடியாது. ஒரு வேளை அம்மாவுக்கும் இது தெரிந்திருக்கலாம்.

"பத்து மணிக்குத் தான இன்டர்வ்யூ ?"

"ஆமாம்"

"இங்கேருந்து ஒம்பது மணிக்குக் கிளம்பினா போறுமோல்லியோ?"

"ம்..ம்"

"அப்பன்னா, இப்ப போய் இன்னும் கொஞ்ச நேரம் தூங்கேன்"

அம்மா இதற்குத்தான் வருகிறாரென்று எனக்கு முன்பே தெரியும்.

"இனிமே தூக்கம் நிச்சயமா வராதும்மா. ராத்திரியே ரெண்டு மூணு தடவை முழுச்சிண்டாச்சு"

அம்மாவிடம் கனவைச் சொல்லலாமா? வேண்டாம்.

அம்மாவைப் போல் தன்னம்பிக்கையும் நல்லதே நடக்குமென்ற மனமும் நமக்கு ஏன் வரவில்லை? அப்பாவின் எல்லா எதிர்மறை குணங்களும் தவறாமல் வந்து விட்டனவா? காலையில் ஐந்தரை மணிக்கு எழுந்து இரவு பத்து மணி வரை இயந்திரமாகச் சலிக்காமல் உழைத்துவிட்டு, அடுத்த நாள் இவ்வளவு நம்பிக்கையுடன் எப்படி இந்த அம்மாவால் எழ முடிகிறது? ஒரு வேளை திறமையான போர்வையோ குழந்தைகளுக்காக? சீச்சீ! இருக்க முடியாது. இத்தனை வருடங்களாக யாராலும் இப்படிப் போர்வையுடன் இருக்க முடியாது.

"வென்னீர் போடவாடா?"

"எதுக்கும்மா, இப்ப என்ன மார்கழிக் குளிறா?" அம்மா பதில் சொல்லவில்லை. ஆனால் நிச்சயமாக வென்னீர் போடுவார். தெரியும்.

எனக்கு முதல் இன்டர்வ்யூவிற்கு கிளம்புமுன் இருந்த ஆர்வமும் எதிர்பார்ப்பும் நினைவுக்கு வந்தன. கதைகளில் படித்திருந்த, சினிமாக்களில் பார்த்திருந்த இன்டர்வ்யூகள் எல்லாம் ஒட்டு மொத்தமாகச் சேர்ந்து, இன்டர்வ்யூ என்றால் இப்படித்தான் இருக்குமென்ற ஒருவித எதிர்பார்ப்பை

ஏற்படுத்தியிருந்தன. எதிர்பார்த்தபடி எதுவேமே நிகழாதது பெருத்த ஏமாற்றத்தை அளித்தது.

இதுவரை நான் சென்று வந்த இன்டர்வ்யூகளில், ஒன்றில் கூட எட்டுக்கால் பூச்சிக்கு எத்தனை காலென்றோ, எத்தனை படி ஏறி வந்தாயென்றோ யாரும் கேட்கவில்லை. எனது சான்றிதழ்களைப் பார்த்துப் பிரமாதமென்று புகழ்ந்துவிட்டு, இடையில் எம்.டி.யிடமிருந்து போன் வந்ததும், “ஸாரி மிஸ்டர் நாங்கள் எதுவும் செய்வதற்கில்லை, இந்த வேலை முன்பே யாருக்கோ ...” என்று எவரும் சொல்லவில்லை.

மாறாக, எனது பாடங்களிலிருந்தே என்னைக் குடைந்தார்கள். பொறியியலில் எப்படியோ நான் பரீட்சைக்குப் படிக்காமல் விட்ட பகுதிகள் அவர்களுக்குத் தெரிந்திருந்தது. எனக்கு விருப்பமான பாடம் எதுவென்று கேட்டு, அதிலேயே எனக்கு ஒன்றும் தெரியாதென்று அவர்களால் நிரூபிக்க முடிந்தது. நான் போதுமான தகுதிகள் பெறாதவன் என்று சந்தேகமற எனக்குப் புரியவைத்தபின்பே என்னை நிராகரித்தார்கள். “நீ எப்படி முதல் வகுப்பில் பாஸ் பண்ணினாய்?” என்று என்னைக் கேட்காமல் கேட்டார்கள்.

துச்சாதனின் துகிலுறியல் சம்பவம்தான் ஒவ்வொரு இன்டர்வ்யூவின் போதும் எனக்கு நினைவுக்கு வரும். திரௌபதி நிலைமையில் நான். இரட்சிக்கத்தான் கிருஷ்ண பரமாத்மா யாரும் முன் வரவில்லை.

ஒவ்வொரு இன்டர்வ்யூ முடிந்தபின்னும், ‘நல்ல வேளை இதை யாரும் பார்க்கவில்லை’ என்று தோன்றினாலும், ஒவ்வொரு முறையும் ஒரு தேசம் முழுக்க ஒளிபரப்பப்பட்ட மாதிரியான ஒரு உணர்வை அவர்களால் என்னுள் ஏற்படுத்த முடிந்தது.

இதையெல்லாம் சொல்லி அம்மாவிடம் புரிய வைக்க முடியாது. உனது பையனுக்குத் தகுதிகள் போதாதென்று சொன்னால், அம்மா எனது மார்க் லிஸ்டைக் காட்டுவார். பரீட்சையில் மார்க் வாங்குவதற்கும், நிஜமான பொறியியல் அறிவிற்கும் சம்பந்தம் இல்லையென்று பலருக்குத் தெரியாது.

“ஜாக்கிரதையா போயிட்டு வா. பாத்து ஒழுங்கா பதில் சொல்லு. நிச்சயமா உனக்கு இன்னிக்கு வேலை கிடச்சுடும். பாத்துண்டே இரு” அம்மா எப்பவும் சொல்லும் அதே வாக்கியங்களைச் சிறிதும் நம்பிக்கை குறையாமல் சொன்னார்.

ஒரு நட்சத்திர ஹோட்டலின் மூன்றாவது மாடியில் இருந்தது அன்றைய இன்டர்வ்யூ நடைபெறும் அறை. நான் அதை அடைந்தபோது, அங்கு ஏற்கனவே ஏழு பேர் இருந்தனர். இரண்டு வரிசைகளாக, மொத்தம் பத்து நாற்காலிகள் போடப்பட்டிருந்தன. அதற்கு மேல் போட அங்கு இடமில்லை. அந்த வரவேற்பு அறையையும் இன்டர்வ்யூ நடக்கவிருந்த அறையையும் ஒரு சுவர் பிரித்தது. அந்தச் சுவரிலிருந்த ஒரு கதவு வழியேதான் பலிபீடத்திற்குச் செல்ல வேண்டும்.

உட்கார்ந்திருந்த ஏழு பேர்களில் ஒருவரது முகமும் பரிச்சயமானதாக இல்லை. அந்த அறையின் மற்றொரு சுவரையொட்டிப் போடப்பட்டிருந்த மேசையின் பின் நாற்காலியில் அமர்ந்திருந்த ஒருவர் எங்களது சான்றிதழ்களைச் சரிபார்த்தல், டி.ஏ. கணக்குப் பார்த்துக் கொடுத்தல் போன்ற வேலைகளில் ஈடுபட்டிருந்தார்.

அன்றையக் காலை செஷனுக்கு வரவேண்டியவர்கள் ஒன்பது பேர்கள் என்று கையெழுத்திட்ட அந்தக் காகிதத்திலிருந்து தெரியவந்தது. அதில் எனது பெயர் எட்டாவதாக இருந்தது. எனது முறை வருவதற்கு நிச்சயம் மணி பன்னிரண்டாகிவிடுமென்று தோன்றியது.

அங்கு நிலவிய அமைதியும் பயங்கரமான எதிர்ப்பார்ப்பும் சித்திரவதை செய்வதாக இருந்தன. முழுக்க ஊதப்பட்டு வெடிக்கும் தருவாயிலிருந்த ஒரு பலூனை நினைவு படுத்தியது அந்த அமைதி. எனக்கு வயிற்றில் பூச்சிகள் புரள ஆரம்பித்தன.

இதே எதிர்பார்ப்புடனும் வயிற்றுத் தொந்தரவுடனும் இன்னும் இரண்டு மணி நேரமா? தாக்குப்பிடிக்க முடியாதென்று தோன்றியது.

முதல் ஆள் வெளிவர இருபத்தைந்து நிமிடங்கள் ஆயிற்று.

அவன் பேயறைந்தவன் மாதிரி இருந்தான். எங்களைப் பார்த்து ஒரு பரிதாபகரமான புன்னகையை உதிர்த்துவிட்டுச் சென்றான்.

எனக்கு எனது பழைய இன்டர்வ்யூ எல்லாம் ஒவ்வொன்றாக நினைவுக்கு வர ஆரம்பித்தன. வயிற்றுச் சங்கடம் நிமிடத்துக்கு நிமிடம் அதிகரிப்பதாக இருந்தது. நாற்காலியில் அசையாமல் உட்கார்ந்திருப்பது பிரம்மப் பிரயத்தனமாக இருந்தது.

உள்ளே போய் 'உள்ளேன் ஐயா' என்று ஆஜர் கொடுத்துத்தான் ஆகணுமா என்ற ஒரு கேள்வி முதலில் ஒரு சிறு பொறியாகத் தோன்றியது. வெகு வேகமாக பூதாகாரமாக வளர்ந்து முழு மனதையும் ஆக்ரமித்துக் கொண்டது.

இந்த முறை மட்டும் கிடைத்து விடப் போகிறதா என்ன? உள்ளே போகாதிருப்பதன் மூலம் என் சுய கௌரவத்தை இழப்பதையாவது தவிர்க்கலாம். எனது தகுதி (இன்மை) யை இன்னொரு முறை யாரும் எனக்குக் கசப்புடன் நினைவுறுத்த வேண்டாம்.

அம்மா என்ன சொல்வார்? அம்மாவின் முகத்தை எப்படிப் பார்ப்பது? அப்படியென்றால் அம்மாவுக்காகத்தான் வந்தோமா?

ஓடிப் போவது கோழைத்தனமில்லையா? கோழைத்தனம் – பெரிய புடலங்காய்! உள்ளே போய் அவர்களை நிர்வாணமாய் அவிழ்த்து விட அனுமதிப்பதுதான் வீரமா? எனது கதாநாயகத்தனத்தைக் காட்ட கடைசியில் ஒரு வாய்ப்பு. இத்தனை நாளில் ஒரு முறை கூட இந்தியாவின் தலை நகரம் சென்னையென்றோ, திருச்சியென்றோ சொல்ல முடியவில்லை. இங்கிலாந்தின் பிரதமர் இந்திராகாந்தி என்று சொல்லிவிட்டு, 'தாட்சர்' என்று சொல்லியிருந்தால் மட்டும் வேலையா கொடுத்திருக்கப் போகிறீர்கள் என்று வெற்றிப் புன்னகையுடன் பதிலளிக்க முடிந்ததில்லை.

அவர்கள் அவ்வாறு கேட்கப் போவதுமில்லை. அப்படியே கேட்டாலும், நம்மால் அப்படி வீரமாகப் பதில் சொல்ல முடியப்போவதுமில்லை.

எனவே, எனது எதிர்ப்பைக் காட்ட இதுதான் சரி. ஆம், வெளி நடப்பு! (ஆஹா! சுயகௌரவம் பாதிக்கப்படாத அபாயமேதுமில்லாத ஒரு எதிர்ப்பு!) பாராளுமன்றத்தில் தினம் எதிர்க்கட்சி அங்கத்தினர்கள் செய்யும் வெளி நடப்பைவிட இது ஒன்றும் குறைந்துவிடப் போவதில்லை. ஒரே ஒரு வருத்தம், நான் வெளி நடப்புச் செய்யும் விஷயம் என்னைத் தவிர யாருக்கும் தெரியப் போவதில்லை. எந்தப் பேப்பரிலும் இந்தச் செய்தி வராது.

சட்டென்று என் தற்குறிப்பு போன்ற விவரங்களடங்கிய கோப்பைக் கையில் எடுத்துக்கொண்டு கதவைத்திறந்து அவசரமாக வெளியேறினேன். (சற்று வேகமான வெளி நடப்பு!) உள்ளே அமர்ந்திருந்தவர்கள் என்னை ஆச்சரியமாகப் பார்த்திருப்பார்கள் ஒருவேளை. நான் கவனிக்கவில்லை.

வெளியே தெரு எந்தவித ஆரவாரமுமின்றி இயங்கிக்கொண்டிருந்தது. சில கணங்கள் காலமே ஸ்தம்பித்துவிட்டது போன்ற ஒரு உணர்வு ஏற்பட்டது.

எனது செய்கையைப்பற்றி மேலும் ஆராய்வதைப் பிடிவாதமாய்த் தவிர்த்தேன். (எனது செய்கையிலிருந்த கோழைத்தனம் வீரத்தனத்தை வென்றுவிடுமோ என்ற பயம்!)

அம்மாவிடம் என்ன சொல்வது? இத்தனை இன்டர்வ்யூகளாக என்ன சொன்னோம்? அம்மா இனிமேலும் இடது கண் துடித்ததென்று சொல்வாரா?

வீட்டை நெருங்குகையில் மிகவும் சோர்வாக இருந்தது. அம்மா அந்தப் பகல் பன்னிரண்டு மணிக்கு வாசலில் நின்று கொண்டிருப்பாரென்று நான் எதிர்பார்க்கவில்லை. அம்மா எனது நடையிலிருந்தே முகத்திலிருந்தே நிறைய ஊகித்து விடுவார்.

நான் வாசற்படியைத் தாண்டி உள்ளே நுழைந்த போது அம்மா ஒன்றுமே சொல்லாதது எனக்கு ஒரே சமயத்தில் நிம்மதியையும் வருத்தத்தையும் அளித்தது. சே! இந்த அம்மாவை இன்னும் எத்தனை நாட்களுக்கு ஏமாற்ற வேண்டும்?

“ஏதாவது லெட்டர் வந்துதாம்மா?” நான் கைலியைக் கட்டிக்கொண்டே முடிந்த வரை இயல்பான குரலில் கேட்டேன். ஆனால் குரல் எனக்கே அன்னியமாக ஒலித்தது.

“ஹெச்.ஏ.எல் லேருந்து ஏதோ வந்துருக்குடா”

அடுத்த இன்டர்வ்யூ தான் நிச்சயம். அம்மாவின் குரலில் ஒலித்த மகிழ்ச்சி என்னை என்னவோ செய்தது.

அம்மாவின் முகத்தைக் கூர்ந்து சில கணங்கள் கவனித்தேன். துளிக்கூடக் கலப்படமில்லாத இயல்பான மகிழ்ச்சிதான் அது.

எனக்குக் காலை நேரத்து அந்த விவரிக்க இயலாத மணம் கலந்த காற்றைத் திடீரென்று சுவாசித்தது போலிருந்தது.

அம்மா நிச்சயமாக அடுத்த தடவை இடதுபக்கம் துடித்ததென்று சொல்லுவார்.

—(கணையாழி, மே 1982)—

நம்பிக்கை

புதுவீட்டின் பூஜை அறையில் மாட்டிவைக்க உடனடியாக ஒரு சாமி படம் வேண்டும். வீடு மாற்றிய போது, லாரியின் குலுக்கலில் ஒரு படம் பாக்கியில்லாமல் எல்லாம் உடைந்துவிட்டன. அதிலிருந்தே அம்மாவுக்கு மனது சரியில்லை. ஆத்மா பற்றியோ அத்வைதம் பற்றியோ அம்மாவிடம் பேச நிச்சயமாக இது சமயமில்லை. இப்போது அம்மாவுக்குக் கான்க்ரீட் கடவுள் வேண்டும்.

சிங்காரத் தோப்பில் வரிசையாக இருந்த படக்கடைகளில் முதலில் தென்பட்ட சிறிய கடை ஒன்றில் நுழைந்தேன். காந்தி,

காமராஜிலிருந்து, கருப்பையா மூப்பனார் வரை எல்லோரும் சட்டத்துக்குள் சிரித்துக்கொண்டிருந்தனர். சாமி படம் எதுவும் கண்ணில் படவில்லை.

நான் சிறிது சந்தேகத்துடன், "சாமி படம் ஏதாவது இருக்கா?" என்றேன் கடைக்காரப் பையனிடம்.

"பக்கத்துக் கடையில கேளுங்க சார். இங்க ஆசாமிங்க படம் மட்டும்தான் இருக்கு" என்றான் சிரித்துக்கொண்டே.

பையன் குறிப்பிட்ட பக்கத்துக் கடையிலிருந்து, ஒரு கிழவர், "இங்க வாங்க சார்" என்று அதீதமான புன்னகையுடன் வரவேற்றார். அவருக்கு ஐம்பது வயதுக்கு மேலிருக்கலாமென்று தோன்றியது. கறுத்திருந்த அவரது கீழுதடும், 'குப்'பென்று தாக்கிய சிகரெட்டின் நெடியும், அவர் பல வருடங்களாகச் செயின் ஸ்மோக்கராக இருந்திருக்க வேண்டுமென்று எண்ணத் தூண்டின.

"என்ன படம் சார் வேணும்? சாமி படமா? நடிகர்கள் படமா? தலைவர்கள் படமா? அப்படி அந்த ஸ்டூல்ல உக்காருங்க சார். ஏன் நிக்கிறீங்க?" அவர்

இடைவெளி விடாமல் பேசினார்.

எந்த சாமி படம் வேண்டுமென்று அம்மாவிடம் கேட்கவில்லை என்பது நினைவு வந்தது. சரி, ஏதாவது தீர்மானித்தாக வேண்டும்.

"பிள்ளையார் படம் இருக்கா?" என்றேன் சிறிது யோசனைக்குப் பின். அம்மாவிற்கு முதற் கடவுள் எப்போதுமே பிள்ளையார்தான் என்பது நினைவுக்கு வந்தது.

கிழவர் உள்ளே சென்று ஒரு கத்தைப் படங்களுடன் திரும்ப வந்தார், இலேசாக மூச்சு வாங்கிக்கொண்டு.

"இதைப் பாருங்க. எல்லா சாமி படமும் இதில இருக்கு. எந்த சைஸில உங்களுக்கு வேணும்?" என்றார்.

சே! அதையும் அம்மாவிடம் கேட்கவில்லை. அந்தக் கத்தைப் படங்களை ஒவ்வொன்றாய்ப் பார்த்தேன். வெவ்வேறு சாமிகள், வெவ்வேறு சைஸ்களில், பலப்பல வண்ணங்களில் முறுவலித்துக் கொண்டிருந்தார்கள். அம்மா உடன் இருந்திருந்தால், "சே! ஒரு சாமி மூஞ்சீல களையே இல்ல. எல்லாம் சினிமாக்காரா மூஞ்சி மாதிரி இருக்கு" என்று சொல்லியிருப்பார். ஓவியன் என்ன செய்வான் பாவம்? எந்தச் சாமியாவது அவன் முன்வந்து மாடலிங்கிற்கு நின்றால்தானே? கிருஷ்ணர் என்றாலே எல்லாருக்கும் என். டி.ஆர். தான் நினைவுக்கு வருகிறது.

இருந்ததற்குள் பரவாயில்லை என்று தோன்றிய ஒரு மஹாகணபதி படத்தை எடுத்து கடைக்காரரிடம் காட்டி, "இது என்ன விலை" என்று கேட்டேன். கடைக்காரர் கணமும் தயங்காமல், "ஐந்து ரூபாய்" என்றார். பிள்ளையாருக்கு இவ்வளவு எளிதாக விலையை நிர்ணயித்து விட்டோமேயென்று அவர் நிச்சயம் எண்ணியிருக்க மாட்டார். அம்மா உடன் இருந்திருந்தால் ஒருவேளை வருத்தப் பட்டிருக்கலாம்.

கடைக்காரர் அந்தப் படத்தைத் தனியாக எடுத்து வைத்துவிட்டு, மற்ற படங்களைச் சரியாக அடுக்கி உள்ளே எடுத்துச் சென்றார். திரும்பி வந்த போது அவருக்கு மீண்டும் மூச்சு வாங்கியது.

"எந்த பிரேம் சார் வேணும்? கறுப்பு எட்டு ரூபா, நீலம் பத்து ரூபா. நீலமே போட்டுறவா சார், நல்ல எடுப்பா இருக்கும்" என்றார் கிழவர் முகத்தில் எதிர்பார்ப்புடன்.

"சரி, நீலமே போடுங்க" என்றேன். நீலம் நன்றாக இருந்ததால் அப்படிச் சொன்னேனா அல்லது அவர் மேல் எழுந்த பச்சாத்தாபம்தான் காரணமா என்று எனக்கே தெரியவில்லை. தனது எளிய வியாபாரத் தந்திரம் பலித்த மகிழ்ச்சியில், தன் கறை படிந்த கீழ் வரிசைப் பற்கள் தெரியப் புன்னகைத்தார்.

இடுப்பிலிருந்து ஒரு பீடியை எடுத்துப் பற்ற வைத்தார். "எங்கேயாவது போயிட்டு வரணும்னா வாங்க சார். ஒரு பத்துப் பதினஞ்சு நிமிஷமாவது ஆகும்" என்றார்.

“இந்த ஸ்டூல்ல உக்காந்திருக்கறதுல உங்களுக்கு ஆட்சேபணை ஒண்ணும் இல்லயே?” என்றேன்.

“அப்படியெல்லாம் ஒண்ணுமில்ல சார். உங்களுக்குப் போரடிக்குமேன்னுதான் சொன்னேன்” என்றார் சிறிது மன்னிப்புக் கேட்கும் குரலில்.

நான் ஸ்டூலில் அமர்ந்து தெருவை வேடிக்கை பார்க்கத் தொடங்கினேன். சிங்காரத்தோப்புத் தெருவின் ஒரு குறுகிய கிளைச் சந்தில் அமைந்திருந்தது அந்தக் கடை. உக்கிரமாக அடித்த கோடை வெய்யிலின் காரணமாகவோ என்னவோ தெருவில் அதிகமாக ஆள் நடமாட்டம் இருக்கவில்லை. கோடையின் சோம்பேறித்தனமான ஒரு மத்தியான வேளை.

இருபத்தைந்து வயது மதிக்கத்தக்க இளைஞன் ஒருவன் கடையை நோக்கி வருவது தெரிந்தது. மடித்துக் கட்டப்பட்ட லுங்கி, ‘ப்ரூஸ் லீ’ பனியன், வாயில் சிகரெட், கழுத்தில் துண்டு சகிதம் சினிமாவில் வரும் கட்சித் தொண்டன்போல இருந்தான்.

கடையை நெருங்கியதும், சிகரெட்டை அலட்சியமாக விட்டெறிந்து விட்டு, “என்ன நயினா, எப்படி இருக்கீங்க?” என்றான் கடைக்காரரிடம். குரலில் ஒரு அலட்சியம் தெரிந்தது.

ஃபிரேமிற்காக ஒரு நீண்ட கட்டையை ரம்பத்தால் அறுத்துக்கொண்டிருந்த கிழவர், தலையை நிமிராமலே, குரலை அடையாளங் கண்டுகொண்டு, “ஓ, துரையா? வாங்க, வாங்க” என்றார். அவனது உண்மைப் பெயரே துரையா, அல்லது கிழவர் நட்புரிமையின் பேரில் அப்படி அழைத்தாரா என்று புரியவில்லை.

“ஏது, நம்ம கடைக்கும் ஆள் வந்துட்டாப்பல இருக்கு” என்றான் சிரித்துக்கொண்டே, என்னை ஓரக்கண்ணால், புதிதாகக் கவனித்தது போன்ற பாசாங்குடன் பார்த்தவாறு.

“நம்ம தலைவர் படம் ஒண்ணு வேணும். நல்ல பெரிய சைஸா இருக்கணும். சனிக்கிழமை கட்சிக் கூட்டம் இருக்குது” என்றவன், என்னை

மறுபடியும் ஒரு தடவை பார்த்துவிட்டு, "நயினா கொஞ்சம் 'பிஸி' மாதிரி இருக்குது. நான் வேணா அப்புறமா வரேன்" என்று சொல்லிக் கிளம்ப எத்தனித்தான்.

கடைக்காரர் சற்று பதறியவர் போல் எழுந்திருந்து, "ஒரு அஞ்சு நிமிசந்தான் துரை. இது முடிஞ்சுரும். அப்படியே அந்த ஸ்டூல்ல குந்தறது" என்றார். அவர் குரலில் ஒலித்த அவசரமும் மரியாதையும் எனக்குச் சற்று வினோதமாகப் பட்டன. துரை அவருக்கு முக்கியான வாடிக்கையாளராக இருந்திருக்கவேண்டும்.

துரை' எனக்கு அருகில் போடப்பட்டிருந்த மற்றொரு ஸ்டூலில் அமர்ந்து, ஒரு சிகரெட்டைப் பற்ற வைத்தான்.

கடைக்காரர் பீடியை விட்டெறிந்தார். அவர் வேலையில் புது வேகம் தெரிந்தது. சற்று முன்பு மூச்சு வாங்கிய அதே கிழவரா என்று ஆச்சரியமாக இருந்தது.

ஸ்க்ரு டிரைவர் போலிருந்த ஒரு கருவியால் நீண்ட கண்ணாடி ஒன்றின் ஒரு பக்க விளிம்பை ஒட்டி ரெண்டு முறை அழுத்திக் கோடு போட்டார். கோட்டுக்கு அந்தப்புறமிருந்த சிறிய பாகத்தைக் கோட்டோடு மென்மையாகப் பிடித்து உடைத்து அப்புறப்படுத்தினார். அதே போல் கண்ணாடியின் நான்கு புறமும் வேண்டாத பகுதிகளைக் கோடு போட்டு வெட்டி எடுத்து அப்புறப்படுத்தி விட்டுக் கண்ணாடிச் செவ்வகத்தை உருவாக்கினார்.

முன்பேஃப்ரேமிற்காகவெட்டிவைத்திருந்தஇரு'ட'வடிவமரக்கட்டைகளை ஒன்றாக இணைத்து ஆணி அடித்து அதையும் செவ்வகமாக்கினார். அதனுள் கண்ணாடிச் செவ்வகத்தைப் பொருத்தி, படத்தைத் திருப்பி அதன் மேல் வைத்து, அதை அப்படியே திருப்பிப் படம் சரியாகப் பொருந்தியிருக்கிறதா என்று பரிசோதனை செய்தார்.

திருப்தி அடைந்தவராக, மீண்டும் அதைப் பழைய நிலைக்குத் திருப்பி, கத்தரித்து வைத்திருந்த செவ்வகக் கெட்டி அட்டை ஒன்றைச் சட்டத்தினுள், படத்திற்குப் பின்புறம் வைத்தார். அது கச்சிதமாகப் பொருந்தியது. பிறகு

அந்த அட்டை வெளி வந்து விடாமலிருக்க நாலு புறமும் பக்கவாட்டில் ஆணிகள் அடித்தார்.

உள்ளே சென்று பளபளவென்றிருந்த ஒரு தகரத் தகட்டை எடுத்து வந்தார். அதைத் திருப்பப்பட்டிருந்த படத்தின் மீது வைத்து நாலு புறமும் சிறிதளவு விட்டுவிட்டுக் கத்தரித்தார். இரண்டு ஆணிகளுக்கிடையேயான தூரத்தைக் கண்களால் அளந்தவராக, தகரத் தகட்டை மரக் கடையுடன் சேர்த்து ஆணி அடித்தார். சற்று நீட்டிக் கொண்டிருந்த அந்த அரை சென்டிமீட்டர் தகரத்தை அழகாக நீவி விட்டுக் கட்டையுடன் மடித்து விட்டார்.

நான் குழந்தைத்தனமான ஆர்வத்துடன் இதைக் கவனித்துக்கொண்டிருந்தேன். அவர் படத்தை நேராக்கி, சில வினாடிகள் பார்த்தார். இப்படியும் அப்படியுமாய், அதை இலேசாக அசைத்து வெவ்வேறு கோணங்களிலிருந்து பார்த்தார். அவர் முகத்தில் நிறைவு ஒட்டப்பட்டிருந்தது.

படத்தை நான் வாங்கிப் பார்த்தேன். கச்சிதமான ஒரு நேர்த்தி. அவரது பல வருடத்துப் பழக்கம் அதில் தெரிந்தது. நாம் முதலில் பார்த்த படம்தானா என்று சந்தேகமாக இருந்தது. முதலில் பார்த்த காகிதப் படத்திற்கும் சட்டம் போடப்பட்ட அந்தப் படத்திற்கும் விவரிக்க இயலாத ஒரு வித்தியாசம் இருந்த மாதிரித் தோன்றியது.

நான் கொண்டு வந்திருந்த பைக்குள் அந்தப் படத்தை வைக்கப்போனபோது, துரை, ஏதோ திடீரென்று நினைவு வந்தவனாக, என் பக்கம் திரும்பி, "தம்பி, அந்தப் படத்தை இப்படிக் கொஞ்சம் காட்டுங்க பாப்போம்" என்றான். நான் படத்தை அவன் பக்கம் திருப்பிக் காட்டினேன். அதைச் சிறிது நேரம் வெறித்துப் பார்த்தான்.

நான் படத்தைப் பைக்குள் திணித்துக் கொண்டிருந்த போது, துரை கடைக்காரரிடம் மெதுவான குரலில் கேட்டான்.

"நயினா, அந்தப் படம் பிரேமுக்கும் சேத்து எவ்வளவு ஆகுது?"

கிழவர் ஆச்சரியப்பட்டவராக, "பதினஞ்சு ரூபா ஆகும் துரை" என்றார்.

“அப்ப நமக்கும் அது மாதிரி ஒண்ணு பிரேம் போட்டுக் குடுத்துடு. தலைவர் படம் மாதிரி பெரிசா வேணாம். இதே சைஸு இருந்தாப் போதும்”

இதைச் சொன்ன போது துரை மிகவும் வெட்கப்பட்ட மாதிரி இருந்தது.

—(கணையாழி, ஆகஸ்ட்1982)—

யக்ஞம்

[1]

'தி ஹை ஸ்கூல் திருவானைக்கோவில்'—அதுதான் அந்த ஸ்கூலின் பெயர். திருவானைக் கோவிலில் இருந்த ஒரே உயர்நிலைப்பள்ளி என்ற காரணத்தால் அதற்கு அந்தப் பெயரே போதுமென்று சம்பந்தப்பட்டவர்கள் தீர்மானித்திருக்கவேண்டும். ஆனால், அதன் மாணவர்களுக்கு இது பெரும் குறையாக இருந்தது. அதைப் போக்கிக் கொள்வதற்காக அவர்கள்,

யாரேனும் எந்த ஸ்கூலில் படிக்கிறாய் என்று கேட்டால், டி.ஹெச்.இ.ஹை. ஸ்கூலில் என்று சொல்வதை வழக்கமாகக் கொண்டிருந்தார்கள்.

திருவானைக்கோவிலின் ஒரே பிரதான வீதியான சன்னதித் தெருவில் அந்த ஸ்கூல் அமைந்திருந்தது. திருவானைக்கோவிலின் பெரும்பான்மையான கடைகள் அத்தெருவில்தான் இருந்ததால், அதற்குக் கடைவீதி என்ற பெயரும் உண்டு.

மேற்படி சன்னதித் தெருவில் அமைந்திருந்த, மேற்படி டி.ஹெச்.இ.ஹை ஸ்கூலில் பதினொன்றாம் வகுப்பு 'ஸி' பிரிவில் படித்துக் கொண்டிருந்தான் கிச்சு அல்லது கிச்சா என்ற கிருஷ்ணமூர்த்தி. இவன்தான் நம் குறுநாவலின் கதாநாயகன்.

கிச்சா பார்ப்பதற்கு, ஒரு மன்த்லி டெஸ்ட் தவறாமல் முதல் ராங்க் வாங்கக்கூடிய பிராமணப் பையனைப்போல் 'பளிச்' என்று இருப்பான். அவன் நிஜத்திலும் அப்படித்தான். (அதாவது, ஒரு மன்த்லி டெஸ்ட் தவறாமல் முதல் ராங்க் வாங்கும் பிராமணப் பையன்தான்.)

நாளை அவன் ஸ்கூலின் லாஸ்ட் ஒர்க்கிங் டே. கிச்சாவைப் பொறுத்த மட்டில் ஹை ஸ்கூல் படிப்புக்கே நாளை லாஸ்ட் ஒர்க்கிங்டே, அதை நினைத்து 'நோஸ்டால்ஜியா'வுடன் சோகப்படுவதற்கு அவனுக்கு இன்னும் ஏழெட்டு வருடங்கள் போக வேண்டும். இப்போதைக்கு, அவனுக்கு அதை நினைத்து வருத்தத்தை விட, ஒரு விதமான பயமும் கவலையும்தான் அதிகமாக இருந்தன.

அப்புறம் பதினாறு நாள் லீவு. அப்புறம் எஸ்.எஸ்.எல்.ஸி. பரீட்சைகள் ஆரம்பம். இத்தனை நாட்களாய், வருடங்களாய் எழுதியதெல்லாம் சுண்டைக்காய்ப் பரீட்சைகள். இனிமேல் எழுதப்போவதுதான் உண்மையான, சவால் விடப்போகும் பெரிய பரீட்சை.

எஸ்.எஸ்.எல்.சி. பரீட்சைகளின் முக்கியத்துவத்தைப் பற்றி, வருட ஆரம்பித்திலிருந்தே எல்லோரும் அவனுக்கு வலியுறுத்திச் சொல்லி வந்திருக்கிறார்கள். அவனது ஆசிரியர்கள், அம்மா, அப்பா, அண்ணாக்கள்,

அக்கா மற்றும் எதிர்வீட்டு விசுவநாதய்யர். அவனது தம்பிக்கு அதற்கு வயது போதாது. அவன் அப்போது எட்டாவதுதான் படித்துக் கொண்டிருந்தான்.

கிச்சாவின் ஆசிரியர்களுக்கு கிச்சா ஒரு நம்பிக்கை நட்சத்திரம். அந்த ஸ்கூலில் அது மாதிரி நட்சத்திரங்கள் எல்லா வருடமும் வாய்ப்பதில்லை. அவனிடமிருந்து அவர்கள் நிறைய எதிர்பார்த்தார்கள். ஸ்டேட்டில் முதல் பத்து ராங்க்குகளில் ஒருவனாக வராவிட்டாலும், (அந்த நம்பிக்கை கூடச் சிலருக்கு இருந்தது.) எப்படியும் 520க்கு மேல் வாங்கி ஸ்கூலின் பழைய ரெக்கார்டுகளை முறியடிப்பான் என்று நம்பினார்கள்.

அந்த ஸ்கூலின் தற்போதைய ரெக்கார்டான 495–ஐ, நாலு வருடங்களுக்கு முன்பு ஸ்தாபித்தது கிச்சுவின் அக்காவான லக்ஷ்மி என்பதையும் இங்கு குறிப்பிட வேண்டும்.

கிச்சாவின் அப்பா ஜம்புநாதய்யர் வேலையிலிருந்து ரிட்டயராகி 2 வருடமாகியிருந்தது. இரண்டு வருடங்களாகப் பெண்ணுக்குக் கல்யாணம் ஆகாத கவலையில் ஓரளவு உடல் தளர்ந்திருந்தார். அவரது பிரசித்தி பெற்ற கோபம் பற்றிக் கிச்சா நிறையக் கேட்டிருக்கிறான். அவனுக்கே நேரடி அனுபவங்களும் கொஞ்சம் உண்டு. ஆனால் இப்போதெல்லாம் அவருக்கு முன்பு மாதிரிக் கோபம் வருவதில்லை என்று அவனது அம்மா சொல்லுவார். அன்ட், ஷீ மஸ்ட் நோ.

தனது மூத்த பையனை மாதிரிக் கிச்சாவும் நேஷனல் மெரிட் ஸ்காலர்ஷிப் வாங்கி விடுவான் என்று அவர் நம்பியிருந்தார். அப்படி வாங்கிவிட்டால், ஒருவேளை இன்ஜினியரிங் காலேஜில் அட்மிஷன் கிடைத்தாலும், படிக்க வைப்பதில் சற்றுச் சிரமம் குறையும்.

கிச்சுவின் மூத்த அண்ணா கணேசன் திருச்சி பாரத் ஹெவி எலக்ட்ரிகல்ஸில் இன்ஜினியர். காலையில் ஏழு மணிக்கு வீட்டை விட்டுக் கிளம்பினால் மாலை 7 மணிக்குத்தான் திரும்பி வருவான். அவனது சம்பளத்தில்தான் கிச்சுவின் குடும்பம் காலம் தள்ளிக்கொண்டிருந்தது. பற்றாக்குறை ஏற்படும் சமயங்களில், அவன் அப்பா தன் பெண்ணின்

கல்யாணத்திற்காக பேங்க்கில் வைத்திருந்த தொகையிலிருந்து, திட்டிக்கொண்டே எடுத்துக் கொடுப்பார்.

கிச்சுவின் அண்ணா கணேசன் அதிகமாக யார் விஷயத்திலும் தலையிடுவதில்லை. அவனுக்குத் தன்னைப்பற்றிய எதிர்பார்ப்புகள் என்னவாக இருக்குமென்று கிச்சுவுக்கு நிச்சயமாகத் தெரியவில்லை.

கிச்சுவின் அம்மாவுக்கு, அவன் எஸ்.ஸ்.எல்.சி.யில் ஸ்கூல் ஃபர்ஸ்ட் வாங்க வேண்டுமென்பதில் நிறைய அக்கறை இருந்தது. மார்க் சற்று முன்னப் பின்ன இருந்தாலும் பரவாயில்லை. தனது குழந்தைகளின் புத்திசாலித்தனம் பற்றி நிறையவே பெருமை உண்டு அம்மாவுக்கு. வீட்டுக்கு புதிதாக வருபவர் யாராயிருந்தாலும் அவரிடம் தன் குழந்தைகளின் சாதனைகள் பற்றிச் சொல்லியாக வேண்டும் அம்மாவுக்கு. ஆனால் அம்மா அதைச் சொல்லும்விதம் பீற்றிக்கொள்கிற மாதிரியும் இருக்காது. எந்தப் பேச்சையும் சாமர்த்தியமாகத் திசை திருப்பி, தன் குழந்தைகளின் அருமை, பெருமைகளைச் சொல்லிவிடும் திறமை அம்மாவுக்கு இருந்தது. கிச்சா ஸ்கூல் ஃபர்ஸ்ட் வாங்கிவிடுவான் என்பதில் அசைக்கமுடியாத நம்பிக்கையும் இருந்தது.

பி.யூ.ஸி. முடித்துவிட்டு வீட்டிலிருக்கும் கிச்சுவின் அக்கா 'லக்ஷ்மி' ஸ்கூல் ஃபர்ஸ்ட் வாங்கியதைப்பற்றி இன்னமும் அவன் அம்மா வீட்டுக்குப் புதிதாய் வருபவர்களிடம் சொல்வதுண்டு. இதுபற்றி அம்மாவிடம் யாராவது கேலியாகப் பேச முயன்றால், 'ஆமாண்டா, எனக்கு வேறென்ன இருக்கு?' என்று சொல்லி அதற்கு ஒரு முற்றுப்புள்ளி வைத்து விடுவார்.

லக்ஷ்மியை இதோடு மூன்று, நாலு பேர் பெண் பார்த்து விட்டுப் போயிருந்தனர். லக்ஷ்மி இதனால் பெரிதாக மனமுடைந்து போய்விடவில்லை என்பது குறித்து கிச்சுவுக்கு மகிழ்ச்சி. அவளுக்குத் தன் மீது சற்று அதிகப்படியான வாஞ்சை உண்டு என்பதை அவன் அறிவான். லக்ஷ்மிக்குத் தன்னால் தாண்டமுடியாமல் போன 500-ஐக் கிச்சு தாண்டிவிட வேண்டுமென்று ஆசை.

எம்.எஸ்.சி. படித்துகொண்டிருந்த அவனது இரண்டாவது அண்ணாவான 'மணி' என்றழைக்கப்டும் சுப்பிரமணியனுக்கு, கிச்சு ஸ்கூல் ஃபர்ஸ்ட் வாங்குவது முக்கியமாகி இருந்தது. காரணம் கொண்டயம்பேட்டையில் தொடர்ந்து 'சைட்' அடிக்க இது உபயோகப்படும். தம்பி ஸ்கூல் ஃபர்ஸ்ட் என்ற பெருமையுடன், (அதை வெளியே சொல்லிக்கொள்ளும் வயது தாண்டி விட்டதால்) தலையை நிமிர்த்திக்கொண்டு, தைரியமாகச் சிலவாரங்களுக்கு ரோந்து சுற்றலாம். கொண்டையம்பேட்டை பெண்களிடையே அவனது மதிப்பும் அதிகரிக்கும்.

கிச்சுவின் எஸ்.எஸ்.எல்.சி. பற்றி அதிகம் கவலைப்படாத ஒரு ஆத்மா அவன் வீட்டில் அவன் தம்பி சீனுதான்.

இதையெல்லாம் பற்றி நினைக்க நினைக்கக் கிச்சுவுக்கு ஒரே குழப்பமாகவும் பயமாகவும் இருந்தது. தன்னிடமிருந்து இத்தனை பேர் இவ்வளவு எதிர் பார்க்கிறார்களே என்பதை நினைத்து அவனுக்குக் கவலையாக இருந்தது. தான் ஸ்கூல் ஃபர்ஸ்ட் வாங்கி விடுவோமென்பதில் அவனுக்கு நம்பிக்கை இருந்தது. எதிர்வீட்டு விஸ்வநாதய்யாரின் பையன் சந்துருவும், கொண்டயம் பேட்டை வாசிகளான ராஜாமணியும் சியாமளாவும் தான் அவனுக்கு சவால்விடக்கூடியவர்கள். இதில் சந்துரு மட்டும்தான் கிச்சுவை இதற்கு முன் முந்தியிருக்கிறான் என்பதையும் குறிப்பிட வேண்டும்.

அதுவும், போன ஹாஃப் இயர்லியின்போது மட்டும்தான். அதுவும், அந்தத் தடவை கிச்சு கணக்கு பேப்பரில் அஜாக்கிரதையினால் நிறையக் கோட்டைவிட்டுவிட்டதால். அது இனிமேல் நடக்காது. இருந்தாலும்... பயமாகத்தான் இருந்தது அவனுக்கு.

சந்துரு பயங்கரமாகப் படிக்கிறான். ராஜாமணியும் சியாமளாவும்கூட பயங்கரமாகப் படிப்பதாகக்கேள்வி. மணி, சீனுவுடன் கிச்சா வாசல் திண்ணையில்தான் தூங்குவான். அது சற்று உயரமாய் அமைந்திருந்த திண்ணை. அதிகாலை நாலு நாலரை மணிக்கு அதிசயமாய்ச் சில நாட்கள் அவனுக்கு விழிப்பு வரும். அப்போது எதிர் வீட்டில் சந்துரு படிக்கும் சத்தம் அந்தத் துல்லியான அமைதியில் மெதுவாகக் கேட்கும். எழுந்து உட்கார்ந்து

கொண்டு பார்த்தால், எதிர்வீட்டில் சந்துருவின் அறையில் விளக்கு எரிவதும் சந்துரு நோட்டும் கையுமாக உலாத்துவதும் தெரியும். அப்போது இவனுக்குத் தானும் எழுந்துவிடலாமா என்று தோன்றும். ஆனால் அந்நினைப்பை உடனேயே அமுக்கி விட்டு, போர்வையைத் தலைமேல் இழுத்துப் போர்த்திக் கொள்வான்.

கிச்சுவின் வீடு தெற்குத் தெருவின் ஒரு கிளைத் தெருவான ஐயன் தெருவில் இருந்தது. கோவிலின் தெற்கு நுழைவுவாசல், ஐயன் தெருவிற்கு நேரெதிரேதான் இருந்தது. அப்போது தெருக்களின் பெயர்களிலிருந்து ஜாதிகள் ஒழிக்கப்படவில்லை. எனவே நல்ல வேலையாக, அந்தத் தெரு அநாமதேயமாகாமல் பிழைத்திருந்தது.

ஐயன்தெரு வாசிகள் யாரும் தங்கள் வீடுகளிலிருந்து கடைவீதி செல்வதற்குத் தெற்குத் தெருவை உபயோகிக்கமாட்டார்கள். கோவிலின் தெற்கு வாசலில் நுழைந்து, சாமி சன்னதியின் வெளிப் பிரகாரத்தோடு நேரே நடந்தால் பிரதான வாயில் வந்துவிடும். அங்கிருந்து கடைவீதியை அடைந்துவிடலாம். அது நிஜமாகவே குறுக்குவழிதானா என்பது பற்றி யாரும் கவலைப்பட்டது கிடையாது.

[2]

அன்று ஸ்கூலில் எந்த ஆசிரியரும் அநேகமாகப் பாடம் நடத்தவில்லை. கணக்கு ஆசிரியர் மட்டும் சில பழைய கேள்வித்தாள்களிலிருந்து சில கணக்குகள் போட்டுக் காட்டினார். கன உருளை, கூம்பு, கோளம் — இதில் ஏதாவது ஒன்றின்மேல் மற்றதை வைத்து மொத்தப் புறப்பரப்பு, கனஅளவு இரண்டும் கண்டுபிடிக்க வேண்டும். அதெல்லாம் கிச்சுவுக்கு அத்துப்படி.

மற்றபடி ஒரே அறிவுரை மயம். பரீட்சைக்கு எப்படித் தயார் செய்வது, (பத்து தடவை படிப்பதைவிட ஒரு தடவை எழுதிப் பார்ப்பது மேல்) எத்தகைய அஜாக்கிரதையான தவறுகளைத் தவிர்க்கவேண்டும், எந்தெந்தப் பகுதிகளை 'ஓமிட்' செய்யலாம் இது மாதிரிப் பொதுவாக, பாட சம்பந்தமான அறிவுரைகளுக்குப் பிறகு, எஸ்.எஸ்.எல்.சி. பரீட்சையின் முக்கியத்துவம்

பற்றி, (பி.ஹெச்.டி–யே முடிச்சாலும், வேலைக்குப் போகும்போது எஸ்.எஸ்.எல்.சி. மார்க் கேட்பான்) வாழ்க்கையில் பின்பற்ற வேண்டிய நன்னெறிகள் பற்றி–யென்று ஒரு அப்பா தன் பையனுக்குச் சொல்வதுபோல் சொன்னார்கள். (இதை அநேகமாக ஒவ்வோரு ஆசிரியரும் குறிப்பிடத் தவறவில்லை.) அதேபோல், எல்லா ஆசிரியர்களுமே, 'இந்த அறிவுரையோட மதிப்பு உங்களுக்கு இப்பத் தெரியாது' என்றும் சொன்னார்கள். 'பீரியட்' முடிந்து செல்லும்பொது எல்லா ஆசிரியர்களுக்குமே பலத்த கை தட்டல் கிடைத்தது— சிடுமூஞ்சித் தமிழ் வாத்தியார் உட்பட. எல்லாப் பையன்களுக்குமே சிறிது வருத்தமாகத்தான் இருந்தது. அன்று கிளாஸில் நிலவிய அமைதி, அந்த வருடத்தில் ஒரு போதும் நிலவியதில்லை. அந்த ஒழுங்கையும் அமைதியையும் சுட்டிக் காட்டி, 'வருஷ ஆரம்பத்திலிருந்தே இப்படி இருந்திருந்தா எவ்வளவு நல்லா இருந்திருக்கும்' என்றும் அநேகமாக எல்லா ஆசிரியர்களுமே குறிப்பிட்டனர்.

எப்பவும் அநாவசியமாகக் கேள்விகள் கேட்டு ரகளை செய்யும் பாண்டியனும் மனோகரனும்கூட அன்று அமைதியாயிருந்தது. கிச்சுவுக்கு என்னவோ மாதிரி இருந்தது.

ஒரு முறை, கிச்சாவால் தூண்டப்பட்டு, பாண்டியன் அவர்களது சிடு மூஞ்சித் தமிழ் ஆசிரியரிடம், அப்பாவி மாதிரி, "ஸ்தனம்னா என்ன சார்?" என்று கேட்டது இப்போது கிச்சுவுக்கு நினைவுக்கு வந்தது. அவ்வளவுதான் கோபத்தில் அவருக்கு முகம் சிவந்துவிட்டது. உடலெல்லாம் நடுங்க ஆரம்பித்தது. வார்த்தைகள் கூடச் சரியாக வெளிவரவில்லை. "படவா, ராஸ்கல், என்ன நினைச்சிண்டிருக்கே? யாப்பிலக்கணம் கேட்டுப் பிச்சுப்பிடுவேன் பிச்சு. என் கண் முன்னாடி நிக்காத, வெளியே போ" என்று சொல்வதற்குள் திணறிப் போய்விட்டார். இதற்காகவே காத்திருந்த பாண்டியன் சிரித்துக் கொண்டே வெளியே போய்விட்டான். அன்று பூராவும் ஏதோ குற்றம் செய்துவிட்டது போல் உணர்ந்தான் கிச்சு.

கிச்சு 'ஸி' பிரிவு என்று முன்பே சொன்னதாக ஞாபகம். 'ஸி' பிரிவில் பெண்கள் கிடையாது. ஏ, பி பிரிவுகளில் மட்டும்தான் உண்டு. கிச்சுவுக்குத்தான்

இந்த இரண்டு பிரிவுகளிலும் இல்லையே என்று வருத்தம், நிம்மதி இரண்டுமே உண்டு.

சியாமளாவைப் பார்க்கும்போதெல்லாம் அவனுக்கு 'பி' பிரிவு போயிருந்திருக்கலாம் என்று தோன்றும். சியாமளா வாட்டசாட்டமாக, அப்பவே முழு வளர்ச்சி அடைந்த பெண்ணாக இருப்பாள். கிச்சுவைவிட உயரம். நன்றாக வேறு படித்துத் தொலைப்பாள், கிச்சுவால் அவளிடம் நிமிர்ந்து பார்த்து பேசமுடியாது. பெரும் அவஸ்தையாக இருக்கும். ஆனால் அவள் சற்று எட்டப்போனதும் திருட்டுத்தனமாகப் பார்ப்பான்.

தன் அண்ணன் மணிகூட அவளைப் பார்ப்பதற்காகவே அடிக்கடி கொண்டையம்பேட்டையில் சுற்றுவதாக இவனுக்கு ஒரு சந்தேகம். இந்த சந்தேகத்தை யார் மூலம், எப்படி நிவர்த்தித்துக் கொள்வது என்று அவனுக்குத் தெரியவில்லை.

அதே சமயம் பி பிரிவில் இருந்த சுந்தரவல்லியைப் பார்த்துப் பேசுவதில் கிச்சுவுக்குக் கூச்சம் கிடையாது. சுந்தரவல்லி சற்றுக் கறுப்பாக இருப்பாள். கிச்சுவைவிடக் குட்டை.

அவள் ஐயங்கார் என்பதுகூட அவனுக்குத் தெரியும். அவள் ஐயராக இல்லையே என்று சில சமயம் வருந்தியிருக்கிறானென்றாலும், சியாமளா மாதிரிக் கனவுகளில் அதிகம் வந்து அவள் துன்புறுத்தியதில்லை.

அவன் எட்டாவதில் சேரும்போது எப்படியோ 'ஸி' பிரிவில் சேர்ந்துவிட்டதால், அதுவே தொடர்ந்து வந்துவிட்டது. இப்போது மாற்றுவது கஷ்டம். என்னால் இங்கு நன்றாகப் படிக்க முடியவில்லையென்று சொன்னால் ஒருவேளை ஆசிரியர்கள் மாற்றுவதற்குச் சம்மதிக்கலாம். அவனுக்காக இது மாதிரிச் சிறு சலுகைகளை அளிக்க ஆசிரியர்கள் தயங்கியிருக்க மாட்டார்கள். ஆனால் அவனது கிளாஸ் வாத்தியார் அவனை விட்டிருப்பாரா என்பது சந்தேகம்தான். மாதாமாதம் ப்ராக்ரஸ் ரிபோர்ட்டில் மார்க்குகளைப் பதிவது, டோட்டல் போட்டு ராங்க் போடுவது, அவ்வப்போது காம்போஸிஷன் மற்றும் பரீட்சைப் பேப்பர்கள் திருத்த உதவுவது இது மாதிரி வேலைகளைக்

கிச்சு மாதிரி நம்பகமாகச் செய்யக் கூடிய வேறு பையன் அவருக்கு கிடைத்திருக்கமாட்டான்.

தவிரவும் 'ஸி' பிரிவை விட்டுக் கிச்சு மாற விரும்பாததற்கு இன்னொரு காரணமும் இருந்தது.

அவனது பிரிவில் அநேகமாக எல்லோருமே சமயபுரம், திருவளர்சோலை, மணச்சநல்லூர், உத்தமர்சீலி போன்ற பக்கத்துக் கிராமங்களிலிருந்து வந்து படிப்பவர்கள். அவர்களுக்கெல்லாம் எஸ்.எஸ்.எல்.சி. சற்று அநாவசியமான அதிகப்படிதான். சுமாராகப் படிக்கக் கூடியவர்கள் பாண்டியன், மனோகரன், இளங்கோவன் போன்று வெகு சில பேர்தான். பாண்டியன்தான் கிச்சுவுக்கு ஆப்த நண்பன் என்று சொல்லக் கூடியவன். என்றாலும், மனோகரன், இளங்கோவன், சக்திவேல், விஜயன், தனபாலன் என்று அவன் கிளாசில் அநேகமாக எல்லோருமே அவனுக்கு நண்பர்கள்தான். அனைவருக்குமே கிச்சுவைப் பிடிக்கும். பரீட்சை சமயங்களில், மற்ற ஐயர் பையன்கள் மாதிரி இல்லாமல், கிச்சு காட்டுவான். பொறுமையாகக் கணக்கெல்லாம் சொல்லிக் கொடுப்பான். ஆங்கில மனப்பாடப் பகுதிகளைத் தமிழில் எழுதித் தருவான். படிப்பைப் பொறுத்தமட்டில் அவனது பிரிவில் அவனுக்குப் போட்டியே கிடையாது. ஒரு பேப்பர் எழுதாவிட்டால்கூட அவன்தான் ஃபர்ஸ்ட். அவனது போட்டியாளர்களான சந்துரு, ராஜாமணி, சியாமளா மூன்று பேருமே 'பி' பிரிவில் இருந்தார்கள். இது ஒரு விதத்தில் கிச்சுவுக்குச் சௌகரியமாக இருந்தது. அவர்களைத் தினமும் பார்த்துப் பொறாமைப் படவேண்டிய அவசியம் இல்லாதிருந்தது. மேலும், தனது நண்பர்களுடன் தடையின்றிப் பேசிப் பழக முடிந்தது. அவர்களைவிடச் சிறிது உயர்ந்த ஸ்தானத்திலிருந்து அவனால் பேச முடிந்ததும், அவனது உயர்வை அவர்கள் மறைமுகமாக ஏற்றுக்கொண்டதும் அதற்குக் காரணம். ஏ, பி பிரிவுகளில் இருந்திருந்தால் இது மாதிரி முடியாது. ஒவ்வொரு மன்த்லி டெஸ்ட் முடிந்ததும், பேப்பர்கள் திருத்தித் தரப்படுவது வரை வயிற்றில் நெருப்பைக் கட்டிக்கொண்டு காத்திருக்கவேண்டும். பல பேரது மார்க்குகளை விசாரிக்கவேண்டும். 'ரிவால்வர் ரீட்டா', 'சாட்டை ராணி' போன்ற படங்களைப் பார்ப்பதற்கு

அவனுக்குக் கம்பெனி கிடைத்திருக்காது. 'தெய்வம்,' 'தேவி கருமாரியம்மன்' போன்ற படங்களோடு நிறுத்திக் கொண்டிருக்க வேண்டி வந்திருக்கும்.

அவனது நண்பன் மனோகரன் பல அசிங்கமான பாலியல் கதைகள் சொல்லுவான் — தனது வீட்டுக்குப் பக்கத்து வீட்டில் நடைபெற்றதாகவும் தான் ஜன்னல் வழியே பார்த்ததாகவும், அவன் விவரிப்பதைப் பார்த்தால் உண்மை போல்தானிருக்கும். கிச்சுவுக்கு இம்மாதிரி விஷயங்களைக் கேட்க உள்ளூர மிகவும் விருப்பம். ஆனால் மிகவும் வெட்கமாக இருக்கும். அத்தனையையும் சொல்லக் கேட்ட பிறகு, 'சீச்சீ' என்பான். அல்லது 'போடா புளுகாதே' என்பான். அவன் சொன்னதெல்லாம் உண்மையாயிருந்துவிடக்கூடாதே என்ற சிறு கவலையும் அவனுக்கு உண்டு.

சில சமயம், மனோகரன் முக்கியமான கட்டம் வந்ததும் 'சீச்சீ, நீ ஐயர் பையன், இதையெல்லாம் கேக்கக் கூடாது' என்று சொல்லிவிடுவான். கிச்சுவுக்குப் பயங்கர ஏமாற்றமாக இருக்கும். பொங்கியெழும் ஆர்வத்தை அடக்கிகொண்டு, வேறு வழியில்லாமல், தனது குலகௌரவத்தைக் காப்பதற்காக தனக்குத் துளியும் ஆர்வம் இல்லாத மாதிரியும், தனக்கு இதெல்லாம் ஒன்றும் புரியாத விஷயம் மாதிரியும் நடிப்பான். அதை நிரூபிக்க அப்பாவி மாதிரி, சில கெட்ட வார்த்தைகளுக்கு அர்த்தம் கேட்பான் —உண்மையில் உறுதிப்படுத்திக்கொள்வதற்காக.

மொத்தத்தில் இது எல்லாமே கிச்சுவுக்கு ஜாலியாக இருந்தது.

ஆனால் அவனது நண்பர் குழாம் ஆசிரியர்களுக்கும் அவனது பெற்றோர்களுக்கும் சிறிது கவலை அளித்தது.

"கிச்சு, நீ என்னமோ போன வருஷம் மாதிரி இருக்கறதாத் தெரியல்ல" என்று அவனது சயின்ஸ் வாத்தியார், ஏதோ பெரிய ரகசியத்தைக் கண்டுபிடித்து விட்டதுபோல் ஒருமுறை சொன்னார். அவன் அப்பா கூட ஒரு தடவை, 'ஏண்டா உனக்கு பிராம்மண ஃப்ரண்ட்ஸே கிடையாதா? என்று கேட்டிருக்கிறார்.

பதினொன்றாவதில் வந்த பிறகு, அவன் தலையை வேறுமாதிரி சீவ ஆரம்பித்தது கூட, விசேஷ அர்த்தங்களுடன் பலத்த கண்டனங்களுக்கு உள்ளானது.

கிச்சுவுக்கே நாம் கெட்டுப் போய்விட்டோமோ என்று தோன்ற ஆரம்பித்தது.

[3]

'லாஸ்ட் ஓர்க்கிங் டே முடிந்த மறுநாள் ஐயன் தெருவுக்குக் கொண்டயம்பேட்டையுடன் கிரிக்கெட் 'மேச்' இருந்தது.

இந்த இரண்டு கட்சிகளுக்குமிடையே அடிக்கடி கிரிக்கெட் மேச்சுகள் நடைபெறும். அத்தகைய ஆட்டங்களுக்கென்று சில திட்டவட்டமான விதிமுறைகள், ஒழுங்குகள், கட்டுப்பாடுகள் இருந்தன. இருந்தாலும் ஒவ்வொரு தடவையும் ஆட்டம் தொடங்கும்முன்பு இரண்டு தரப்புக் 'கேப்டன்'களும் இதுபற்றித் தீர்மானித்துக்கொள்வது வழக்கம். இந்த மேச்சுகள் பொதுவாக ஸ்கூல் கிரவுண்டில்தான் நடைபெறுவது வழக்கம். அதில் பல இடங்களில் கருவேலம்புதர்கள் இருக்கும். ஆகவே எந்தெந்தப் புதர்களில் பந்து மாட்டிக் கொண்டால் எத்தனை ரன்கள் 'கிராண்டட்', பவுண்டரி எல்லை எது, இரண்டு இன்னிங்ஸா, ஒரு இன்னிங்ஸா, கவர் பந்தா கிரிக்கெட் பந்தா இதுமாதிரி விஷயங்களைத் தீர்மானித்துக் கொள்வார்கள்.

பெரும்பாலும் டென்னிஸ் பந்து அல்லது கவர் பந்துதான். கிரிக்கெட் பந்தாக இருந்தால் கையுறைகள், கால், விதைக் கவசங்கள் என்று நிறைய விஷயங்கள் தேவைப்படும். அம்பயர்களைப் பொறுத்தமட்டில், ஒரு மேச்சில் கொண்டையம்பேட்டையினர் 'அம்பயர்கள் என்றால், அடுத்த மேச்சில் ஐயன் தெருவினர் அம்பயர்கள் என்று ஒரு கோட்பாடு, வெற்றி, தோல்வியை கணிசமாகப் பாதிக்கும் அம்சமிது.

இந்தத்தடவை 'அம்பயரிங்' ஐயன் தெருவினர்களின் பொறுப்பு. ஆனால் மேச்சும் ஆடாமல், நாள் பூராவும் வேடிக்கைப் பார்க்கக்கூடிய இரு ஆட்கள்

அன்று ஐயன் தெருவில் தேறவில்லை. எனவே அவுட்டான பேட்ஸ்மென்னே அம்பயராக இருப்பதென்று முடிவாயிற்று.

ஐயன் தெருவுக்காக, கிச்சுவின் அண்ணன் மணி ஆடுவதாக இருந்தால், கொண்டயம்பேட்டைக்காரர்கள் இரண்டு பெரிய ப்ளேயர்களைக் கூட்டி வருவதாகப் பயமுறுத்தியதால் கடைசி நிமிடத்தில் மணியை நீக்கிவிட்டார்கள். அதனால் ‘கேப்டன்ஸி’ பொறுப்பு கிச்சுவின் தலை மீது விழுந்தது.

இரண்டு இன்னிங்ஸ் என்றுதான் முதலில் பேச்சு. முதலில் ஆடிய கொண்டயம்பேட்டையை 58க்கு ஐயன் தெரு ஆல் அவுட் செய்தது. கிச்சு ஆரம்பத்திலிருந்து இறுதிவரை, ஒரு முனையில் பௌலிங் போட்டு நாலு விக்கட் எடுத்தான். அதில் ராஜாமணியைப் பூஜ்ஜியத்தில் எடுத்தது பற்றிப் பெருமை அவனுக்கு. ஆனால் அவன் டீமில் பலருக்கு ‘பௌலிங்’ கிடைக்கவில்லையென்று ஒரே குறை. அதை உரக்கவே வெளியிடவும் செய்தனர். அதுவும் முக்கியமாக சந்துருவுக்கு வேண்டுமென்றே பௌலிங் தரவில்லையென்று அவன் ஆதரவாளர்கள் உட்பூசலை கிளப்பினார்கள். சந்துரு மிக மோசமான பௌலர் என்பது கிச்சுவின் கணிப்பு. ஆனால் இருஅணிகளிலுமிருந்த ஒரே ஒரு இடதுகை ஸ்பின்னர் என்பதாலோ என்னமோ அவனுக்கு நிறைய ஆதரவாளர்கள் இருந்தனர்.

ஐயன் தெரு பேட் செய்தபோது 32க்கெல்லாம் ஆல் அவுட் ஆகியது. கிச்சு ஏழு. சுந்துரு மூன்று. இரண்டாவது இன்னிங்ஸில் பார்த்துக் கொள்ளலாமென்று கிச்சு நினைத்திருந்தான். ஆனால் கொண்டயம்பேட்டைக் காரர்கள் அழுகுணி அடித்துவிட்டார்கள். அவர்கள் டீமில் பலருக்கு மத்தியானத்திற்கு மேல் வேறு வேலை இருந்ததாகவும், இரண்டாவது இன்னிங்ஸ் ஆடுவதற்கில்லை என்றும் சொல்லிவிட்டார்கள்.

எனவே, கொ. பேட்டையினர் ஜெயித்ததாகச் சொல்லிக் கொண்டாலும் ஐயன் தெருவினர் தோற்றதாக ஒப்புக்கொள்ள மறுத்துவிட்டனர். இவ்வாறு, கிரிக்கெட் சரித்திரத்திலேயே நிகழ்ந்திராதபடி, வெற்றி, தோல்வி, சமநிலை, டிரா எதுவுன்றி அந்த மேச் முடிவடைந்தது. சந்துரு மேச் முடிந்ததும் எதிர்க்கட்சியினருடன் சேர்ந்து கொண்டு கொண்டம்பேட்டை சென்றுவிட்டான்.

அவன் ஃபீல்டிங்கின்போது விட்ட 'கேச்சு'கள் கூட வேண்டுமென்றே விட்டிருக்கலாமென்று இப்போது கிச்சுவுக்குத் தோன்றியது.

அன்று நீண்ட நாட்களுக்குப் பிறகு கிச்சுவுக்கு அப்பாவிடமிருந்து கடுமையான வசவு கிடைத்தது. அன்று அடி விழாததே ஆச்சரியமென்று தோன்றியது அவனுக்கு.

அன்றிலிருந்து முழு மூச்சாகப் படிப்பதென்று கிச்சு தீர்மானம் செய்து கொண்டான்.

[4]

பரீட்சை ஆரம்பிக்க இன்னும் சில நாட்களே இருந்தன.

சமீபத்தில்தான் இரண்டு ரிவிஷன் தேர்வுகள் எழுதியிருந்தபடியால், கிச்சுவுக்கு எதை எடுத்தாலும் ஏற்கனவே படித்துவிட்ட மாதிரியே இருந்தது. ரிவிஷன் டெஸ்ட்டுகளின்போது படிக்காமல் விட்டுவிட்ட பகுதிகளை மட்டும்தான் சற்றுக் கவனத்துடன் படிக்கவேண்டி இருந்தது, மீதிப் பகுதிகளை ஒப்பித்துப்பார்த்து ஞாபக சக்தியைப் பரிசோதித்துக் கொள்ள வேண்டியிருந்தது. அவ்வளவுதான்.

கிச்சுவுக்கு இதுநாள் வரை இரவு பதினோரு மணிக்கு மேலோ, விடிகாலை ஐந்து மணிக்கு முன்போ படித்த அனுபவம் கிடையாது. அதற்கு அவசியம் ஏற்பட்டதில்லை. இந்த லீவின் போதுதான் முதல் முறையாக இரண்டையுமே செயல்படுத்திப் பார்த்தான். இப்போதுகூட, தினமும் எதிர் வீட்டில் சந்துரு படிப்பதைப் பார்த்த பயம்தான் அவனை இவைகளைச் செய்ய வைத்தன. அவன் அப்பாவைத் தவிர, வேறு யாரும் அவனைப் 'படி, படி', என்று எப்போதும் வற்புறுத்தியதில்லை.

காலை நாலு மணிக்கெல்லாம் எழுந்து படித்தால், சுலபமாக மனதில் பதியுமென்று சந்துரு எப்போதாவது இவனிடம் பேசவரும்போது சொல்லுவான். ஆனால் கிச்சுவால், நாலு மணிக்கு எழுந்திருப்பதே பிரம்மப் பிரயத்தனமாக இருந்தது. அப்படியே எழுந்தாலும், தூக்கத்தை முழுவதுமாக ஒழித்துவிடமுடியவில்லை.

அந்த லீவின் போது, வீட்டில், தனக்கு இதுவரை கிடைத்திராத ஒரு முக்கியத்துவம் கிடைத்திருப்பதை உணர்ந்தான். காய்கறி வாங்கவோ, மளிகை சாமான் வாங்கவோ எப்போதும்போல் அவன் அனுப்பப்படவில்லை. அதிகமாக முணுமுணுக்காமல் மணி வாங்கிக் கொடுத்தான். கணேசனோ, மணியோ எப்போதாவது சிறு வேலையை அவனிடம் தள்ளிவிட முயற்சி செய்தால், அம்மா குறுக்கிட்டு அதைத் தடுத்தார். மாறாக, லக்ஷ்மியையோ, மணியையோ அவனால் சில காரியங்களுக்கு ஏவ முடிந்தது.

நாலு மணிக்கு எழுந்திருக்கப் போவதாக அவன் அம்மாவிடம் முன்னதாக அறிவித்துவிட்டால், அம்மாவோ லக்ஷ்மியோ அவனோடுகூட நாலு மணிக்கு எழுந்திருந்து, காப்பி போட்டுக் கொடுத்தார்கள். ஒரு நாள், அதிசயமாக, அவன் அப்பா மாது அய்யர் ஹோட்டலுக்கு அவனைக் கூட்டிச் சென்று, அவனுக்கு மிகவும் பிடித்தமான ரவா கேசரி வாங்கிக் கொடுத்தார்.

லக்ஷ்மியுடன் மாலை வேலைகளில் தினமும் கோவிலுக்குச் செல்லத் தொடங்கினான். அகிலாண்டேஸ்வரியிடமும் முக்கியமாக பிள்ளையாரிடமும் மனமுருகித் தினமும் முன்னேற்பாடாக வேண்டிக்கொள்ள ஆரம்பித்தான்.

[5]

மத்தியானம் இரண்டு மணிக்குத்தான் பரீட்சை ஆரம்பம். ஆனால் கிச்சு ஒரு மணிக்கெல்லாம் தயாராகிவிட்டான். அவன் வீட்டிலிருந்து ஸ்கூல் அதிகபட்சம் பதினைந்து நிமிட நடைதான். ஆனால் முதல் பரீட்சைக்கு முன்னதாகவே செல்வது நல்லதென்று பலரும் அவனிடம் சொல்லியிருந்தார்கள். அவனது சீட் இருக்குமிடத்தைக் கண்டுபிடிக்கச் சிறிதுநேரம் ஆகலாம்.

முதல் பரீட்சை இங்கிலீஷ் முதல் பேப்பராயிருந்தது அவனுக்கு ஒரு விதத்தில் நிம்மதியாயிருந்தது. இங்கிலீஷும் கணக்கும் அவனுக்கு ஃபேவரிட் சப்ஜெக்ட்ஸ். எல்லாம் படித்துவிட்டோமா என்ற சந்தேகம் அவ்வப்போது முன்னறிவிப்பில்லாமல் கிளம்பி வயிற்றை என்னவோ செய்தது. இருந்தாலும் அந்தப் பயத்தைவிட ஒரு பொறுமையில்லாத எதிர்பார்ப்புதான் அவஸ்தையாக இருந்தது.

கிச்சு சாமி அறையிலிருந்த எல்லக் கடவுள்களிடமும் மொத்தமாகவும் பிள்ளையாரிடமும் சரஸ்வதியிடமும் மட்டும் சற்று அதிகப்படியாகவும் வேண்டிக்கொண்டான்.

எல்லாப் பரீட்சையன்றும் கேட்பது போலவே பேனா, பென்சில், ஸ்கேல் எல்லாம் எடுத்துக்கொண்டிருக்கிறாயா என்று அம்மா கேட்டார். இன்று ஹால் டிக்கட் அதிகப்படி பரீட்சைத் தாளில் நம்பரைக் கவனமாக எழுதும்படி அப்பா சொன்னார். அதை அவர் சொன்னது அன்று நாலாவது தடவை.

கோவிலின் பிரதான வாயிலைத் தாண்டியதும் சன்னதித் தெருவில் நுழையுமுன் வலது பக்கத்தில் ஒரு சிறிய பிள்ளையார் கோவில் இருந்தது. இதுவரை நடந்துள்ள அனைத்து மன்த்லி டெஸ்ட்டுகளிலும், கால், அரை மற்றும் ரிவிஷன் பரீட்சைகளிலும் கிச்சுவுக்கு உதவிய நம்பகமான பிள்ளையார் அங்கு வீற்றிருந்தார். கிச்சு 'மறுபடியும் வந்துவிட்டேன்' என்று சொல்வதுபோல் கண்கள் மூடிச் சில கணங்கள் நின்றான்.

கிச்சு ஸ்கூலை அடைந்தபோது ஸ்கூல் பரபரப்பாகக் காணப்பட்டது. அவனுக்கு அதிகமாகப் பரிச்சயமில்லாத குப்பசாமி என்ற 'பி' பிரிவு மாணவன் ஓடிவந்து இவன் கையைப் பிடித்து 'உன்னைத்தாண்டா நம்பியிருக்கேன்' என்றான். கிச்சுவுக்கு முதலில் என்றும் புரியவில்லை. அப்புறம் தான் தனக்குப் பக்கத்து சீட் அவன் என்று தெரிய வந்தது.

அவனைப் பார்த்த எல்லாருமே அநேகமா, 'உனக்கு என்னடா' என்று பொறாமையுடன் சொன்னார்கள். பெரும்பாலானவர்கள் இன்னமும் சீரியஸாகப் படித்துக் கொண்டிருந்தார்கள். வித்தியாசமில்லாமல் எல்லோரும் அன்று விபூதி இட்டுக் கொண்டு வந்திருந்தார்கள். கிச்சு இதுவரை குளித்தே அறிந்திராத பலர் அன்று குளித்திருந்த மாதிரித் தோன்றியது.

மேற்பார்வைக்கு வெளி ஸ்கூலிலிருந்து ஆசிரியர்கள் வந்திருந்தனர். பரீட்சைத் தாளில் கடைபிடிக்கவேண்டிய விதிமுறைகள் பற்றிச் சொல்லவே அன்று அவர்களுக்குக் கிட்டத்தட்டக் கால் மணி நேரம் ஆயிற்று.

கேள்வித்தாள் கையில் கிடைப்பதுவரை இருந்த பயமும் வயிற்றுச் சங்கடமும் எழுதத் தொடங்கியதும் விலகின. கேள்வித்தாள் சற்று சைஸில் பெரிதாக இருந்தது என்பது தவிர கிச்சுவுக்கு வித்தியாசம் எதுவும் தெரியவில்லை. ஏதோ அரைப் பரீட்சை எழுதுவது போலிருந்தது. அவ்வளவுதான்.

[6]

சரித்திரத்திற்கும் பூகோளத்திற்கும் என்றென்றைக்குமாக ஒரு 'குட்பை' சொல்லிவிட்டு, பரீட்சைகளை வெற்றிகரமாக எழுதி முடித்த நிறைவில் கிச்சு வீட்டுக்குத் திரும்பிக் கொண்டிருந்தான்.

அவனது மனது எழுதி முடித்த பரீட்சையையே அசை போட்டுக் கொண்டிருந்தது. முழுத் திருப்தி இல்லாவிட்டாலும் நன்றாகவே எழுதியிருப்பதாகத் தோன்றியது. எல்லாமே அவன் எதிர்பார்த்திருந்த கேள்விகள்தான். பீகாரின் கனிவளம் பற்றிய கேள்விக்கு மட்டும் சற்றுச் சரியாகப் பதிலெழுதவில்லை. பீகாரில் சிங்பும் தவிர வேறெதுவும் நினைவுக்கு வரவில்லை.

பரீட்சைகள் முடிந்துவிட்டனவென்று நம்பக் கஷ்டமாக இருந்தது. இந்த நாளுக்காக, இந்தத் தருணத்திற்காக எத்தனை நாட்கள் ஏங்கியிருக்கிறோம்? இது வந்தவுடன் ஏன் அவ்வளவு மகிழ்ச்சியாக இல்லை? மகிழ்ச்சி இருந்தது. ஆனால் அதோடுகூட, இனம்புரியாத ஏதோவொரு சோகம், எதிர்பார்ப்பு, கவலை, பயம் என்று பல்வேறு உணர்ச்சிகளும் இருந்தன.

அந்த சிறிய பிள்ளையார் கோவிலின் முன் வந்து நின்றான்.

'நீதான் காப்பாற்றவேண்டும்.' இதுவரை பிள்ளையார் காப்பாற்றித்தான் இருக்கிறார். எல்லாக் கேள்வித்தாள்களுமே எளிதாக இருந்திருக்கின்றன. கிச்சுவும் எல்லாப் பரீட்சைகளுமே நன்றாகத்தான் எழுதியிருக்கிறான் — விருப்பப் பாடம் தவிர. ஆனால் பிள்ளையாருக்கு வேலையே இனிமேல்தானே இருக்கிறது?

எழுதி முடித்த பரீட்சைகளின் கவலை அவனைப் பற்றிக் கொண்டது. விருப்பப் பாடமாக எடுத்துக் கொண்டிருந்த கணிதப் பேப்பர்தான் இரண்டு நாட்களாக அவனைப் பயமுறுத்திக் கொண்டிருந்தது. நேற்று சரியாகப் படிக்க முடியாமல்கூடச் செய்துவிட்டது. இரண்டு 'ரைடர்'களை அவனால் முழுக்கப் போட முடியவில்லை. அல்ஜீப்ராவில் வேறு சில சில்லறைத் தவறுகள். அதிகபட்சம் எண்பது மார்க் வரலாம், ஆனால் நூறு மார்க் எதிர்பார்த்திருந்த பேப்பர் அது. சந்துரு, ராஜாமணி இருவருமே நூறு வருமென்றுவேறு சொல்கிறார்கள்.

மற்ற பரீட்சைகள் பற்றிக் கவலையில்லை, அதுவும் இங்கிலீஷ் செகண்ட் பேப்பரிலெல்லாம் அவன் பக்கத்தில் யாரும் நெருங்க முடியாது என்று அவனுக்குத் தெரியும். அவன் ஸ்கூலிலேயே அவனை மாதிரிச் சொந்தமாக ஆங்கிலத்தில் கட்டுரை எழுத அநேகமாக யாராலும் முடியாது. கணக்கில் குறைந்துவிட்டாலும் மற்ற பேப்பர்கள் மூலம் சரிக்கட்டிவிடலாம். என்றாலும், பயமாக இருந்தது. ராஜாமணி எல்லாப் பேப்பர்களுமே மிக நன்றாக எழுதியிருப்பதாகத் தெரிகிறது. என்னமோ.

அன்றும் வழக்கம்போல் அம்மா வீட்டு வாசலில் காத்திருப்பதைக் கவனித்தான். ஐயன்தெருவில் நுழைந்ததுமே அது தெரிந்துவிடும். ஒவ்வொரு பரீட்சை தினத்தன்றும் தவறாமல் நடைபெறுவதுதான் இது. நண்பர்களுடன் எப்போதாவது ஸ்ரீரங்கம் ரெங்கராஜாவுக்கோ தேவிக்கோ சென்று படம் பார்த்துவிட்டு இரவு பத்து மணி வாக்கில் வீடு திரும்பும்போது இதே மாதிரி அம்மா உட்கார்ந்திருப்பது வழக்கம். கிச்சுவுக்கு ஒரு விஷயம் இதில் ஆச்சரியமாகப் படும். இவன் வீட்டு வாசலை நெருங்கியதும், எழுந்து கொண்டு, இவனோடு கூடவே நடந்து வீட்டின் கூடத்திற்கு வந்த பிறகுதான், அம்மா கேள்விகள் கேட்கத் தொடங்குவார் மெதுவாக.

சீனுவும் எதிர்வீட்டு சந்துருவின் தம்பி ராஜுவும் அவர்கள் வீட்டினெதிரே தெருவில் கிரிக்கெட் ஆடிக் கொண்டிருந்தார்கள் — ரப்பர் பந்துடனும் லாம்ப்-போஸ்ட் ஸ்டம்ப்புகளுடனும். ராஜு கிச்சு வருவதைப் பார்த்து, சீனுவிடம் 'டேய் உங்கண்ணா வரான்' என்று சொன்னான், பந்து போடுவதைத்

தற்காலிகமாக நிறுத்தி. சீனு அந்தத் திசையில் பார்த்துவிட்டு, “சரி சரி, நீ பந்தைப் போடு” என்றான்.

கிச்சு கூடத்திற்கு வந்ததும், “என்னடா, ஆச்சா எல்லாம்“? என்றார் அம்மா. அதற்கு ‘எப்படி எழுதியிருக்கிறாய்” என்று அர்த்தம்.

‘நல்லா எழுதியிருக்கேம்மா’ என்றான் கிச்சு. கூடத்தில் ஈஸி–சேரில் அப்பா தூங்கிக் கொண்டிருந்தார். வீட்டில் வேறு யாருமில்லையென்று தெரிந்தது கிச்சுவுக்கு. கணேசனும் மணியும் இன்னும் திரும்பவில்லை. லக்ஷ்மி தனது சிநேகிதி யார் வீட்டுக்கோ போயிருந்தாள். கிச்சுவுக்கு ஏனோ ஏமாற்றமாக இருந்தது.

[7]

அன்று ‘ஸி’ பிரிவு நண்பர்கள் சிலரோடு ‘குரூப் ஃபோட்டோ’ எடுத்துக் கொண்ட பிறகு, ரெங்கராஜாவில் ‘சிவகாமியின் செல்வன்’ பார்ப்பதென்று ஏற்பாடு.

மனோகரனும் பாண்டியனும் கிச்சுவைக் கூப்பிட வீட்டுக்கு வந்திருந்தார்கள். அப்புறம், போகும் வழியில் இளங்கோவன், விஜயன், தனபாலன், மணி எல்லோரும் சேர்ந்து கொண்டனர்.

நர்மதா ஸ்டூடியோ திருவானைக்கோவிலின் ஒரே ஸ்டூடியோ. சற்றுப் புராதனமானது. அந்த ஸ்டூடியோக்காரன் அன்று மிகவும் அலம்பல் செய்து கொண்டிருந்தான். ஏதோ பல பெரிய மனிதர்கள் காத்திருப்பது போலவும், தான் ஏக ‘பிஸி’ போலவும் காட்டிக் கொண்டான். அவன் ஈ ஓட்டுவதைக் கிச்சு பலமுறை பார்த்திருக்கிறான்.

எல்லோரும் வற்புறுத்திக் கிச்சுவை நடுநாயகமாக உட்காரவைத்தார்கள். கிச்சுவுக்கு அந்தச் சமயம் பார்த்துதான், தனது சட்டையில் இருந்த சிறிய கிழிசலொன்று நினைவுக்கு வந்தது.

அன்று கிச்சுவால் சினிமாவில் கவனம் செலுத்த முடியவில்லை. எலிமெண்டரி ஸ்கூலில் படித்தபோது அவன் தீவிர எம்.ஜி.ஆர். ரசிகன்

சிவாஜி படத்தில் எச்சலெல்லாம் துப்பியிருக்கிறான். அதன் பிறகு தீவிர சிவாஜி ரசிகனாக மாறி இப்போது இரண்டு பேரையுமே அவ்வளவாகப் பிடிக்காத நிலையை அடைந்திருந்தான். சிவாஜி–வாணிஸ்ரீயின் நெருக்கமான காதல் காட்சிகளின்போது மிகவும் அவஸ்தையாக இருந்தது கிச்சுவுக்கு. முன்பெல்லாம், 'ஒரு காதல் சீன் கூடக் கிடையாது' (காதல் என்றால் டூயட் என்று அர்த்தம்) என்றால், கிச்சுவின் அகராதியில் நல்ல படமென்று பொருள் இருந்தது. இப்போது, பார்க்க அவஸ்தையாக இருந்தாலும் காதல் சீன்களை அவன் விரும்பினான்.

சினிமாவின் போதும் கிச்சுவை, சரித்திரமும் பூகோளமும் சுற்றிச் சுற்றி வந்தன. நண்பர்ளுடன் பேச்சில் கலந்து கொள்ள முடியாமல் மிகவும் தனியனாக உணர்ந்தான்.

இன்டர்வெல்லின் வெளிச்சத்தில், ராஜாமணி சில கொண்டயம்பேட்டை நண்பர்களுடன் உட்கார்ந்திருப்பது தெரிந்தது. ராஜாமணி எப்போது இது மாதிரிப் படங்கள் பார்க்க ஆரம்பித்தான்? மிகவும் நெருங்கிய சிநேகிதன் போல் ராஜாமணி வந்து சிறிது நேரம் இன்டர்வெல்லின் போது பேசிவிட்டுச் சென்றான். அப்போது பரீட்சையைப் பற்றி ஒன்றும் பேசவில்லையென்பது குறிப்பிடத்தக்கது.

படம் முடிந்ததும் கிச்சுவும் நண்பர்களும் ஸ்கூலின் வாசல் திண்ணையில் உட்கார்ந்து அரட்டையடித்தனர். அவர்கள் ஸ்கூலுக்கு முன்னால் ஒரு மங்கலான பல்ப் எரிந்து கொண்டிருந்தது. சன்னதித் தெருவில் பெரும்பாலான கடைகள் அடைக்கப்பட்டிருந்தன. அந்த நேரத்தில் ஸ்கூலைப் பார்க்க என்னவோ போலிருந்தது அவனுக்கு.

பரீட்சைகள் எழுதிய விதம் பற்றியும் தங்களது எதிர்காலத் திட்டம் பற்றியும் பேசினார்கள்.

மணியின் அப்பா லாரி டிரைவர். அவனுக்கு இங்கிலீஷில் பாஸ் பண்ணுவோமென்பது பற்றி அதிக நம்பிக்கை இல்லை. எப்படியும் லாரி

ஓட்டத்தான் போவதால், ஃபெயில் ஆவது பற்றி அவனுக்கு அதிகக் கவலை கிடையாது.

விஜயன் கோனார் ஜாதி. அவனுக்குப் பரம்பரைத் தொழில் இருந்தது. அவனுக்கும் இங்கிலீஷில்தான் போய்விடுமென்று பயமாக இருந்தது. சில மன்த்லி டெஸ்ட்டுகளில் கணக்கில் நூறு மார்க்கூட வாங்குவான்.

கிச்சு தவிர, நிச்சயமாக அதில் பாஸ் பண்ணுவோமென்று நம்பியவர்கள் பாண்டியனும் மனோகரனும்தான், இரண்டு பேருமே, தொழிற்கல்வி படிப்பதாக இருந்தார்கள். அவர்கள் இரண்டு பேருக்குமே உத்தேசமாக மார்க் போட்டுப் பார்த்து, 350க்கு மேல் வருமென்று கிச்சு சொல்லி வைத்திருந்தான்.

தனபாலனுக்குத் திருவளர்சோலையில் நிறைய நிலம் இருந்தது. எஸ்.எஸ்.எல்.சி.யில் பாஸோ ஃபெயிலோ அவனைப் பெரிதாகப் பாதிக்கப் போவதில்லை.

இளங்கோவின் அண்ணன் அந்த ஊர் எம்.எல்.ஏ.வுக்கு செக்ரடரி மாதிரி. குறைந்த பட்சம் அவனுக்கு அந்த எம்.எல்.ஏ. இருந்தார். அவர் தயவில், ஏதாவது காலேஜில், பி.யூ.சி. சேர்ந்துவிடலாம் என்று தைரியமாக இருந்தான்.

“உங்களுக்கெல்லாம் ஏதாவது வழி இருக்கு. எனக்குத் தாண்டா பயமா இருக்கு” என்று கிச்சு ஆரம்பித்ததும், “ஐயரே, அழுகுணி அடிக்காதே” என்று சொல்லி அனைவரும் மொலுமொலுவென்று கிச்சுவைப் பிடித்துக் கொண்டார்கள். அவனது புகழ்பாட ஆரம்பித்தார்கள். ‘போங்கடா, நிறுத்துங்கடா’ என்றான் கிச்சு வெட்கத்துடன்.

உண்மையில் கிச்சுவுக்குத் தனது மேற்படிப்பு பற்றி எந்தவிதத் திட்டமும் இருக்கவில்லை. அவனது பெரியண்ணாவைப்போல் பி.யூ.சி.யில் ‘ஃபர்ஸ்ட் க்ரூப்’ எடுத்துக் கொண்டு இன்ஜினியரிங் காலேஜில் சேருவானென்று, வீட்டில், தான் எதிர்பார்க்கப்படுவதாக அவனுக்குத் தோன்றியது. ஏன் ஃபர்ஸ்ட் க்ரூப் எடுத்துக் கொள்ளவேண்டுமென்றோ, அதைவிட்டால் வேறு என்ன எடுத்துக் கொள்வது என்றோ அவன் சிந்தித்துப் பார்த்ததில்லை.

பிரியாவிடை பெற்றுக்கொண்டு பிரிந்தபோது, அன்று, மணி பதினொன்று ஆகியிருந்தது. அம்மா அன்றும் இவனுக்காக வாசலில் காத்துக் கொண்டிருந்தார்.

[8]

கிச்சுவின் கிரிக்கெட் ஆடக்கூடிய நண்பர்கள் பலர் பரீட்சை முடிந்ததும் ஊருக்குப் போய்விட்டார்கள். அதனால் கிரிக்கெட் மேச் எதுவும் ஏற்பாடு பண்ண முடியாமல் போய்விட்டது. சந்துருகூட அவனது மாமா வீட்டில் லீவைக் கழிக்க பம்பாய் போய்விட்டான். கிச்சு வீட்டில்தான் லீவுக்கு ஊருக்குப் போவதென்ற வழக்கமே இல்லாதிருந்தது.

இவனுக்கு முன்பே சீனுவுக்கு லீவு விட்டுவிட்டார்கள். விளையாடுவதற்குத் தயாராகக் கிடைத்தவன் அவன்தான். ஆனால் இரண்டு பேர் கிரிக்கெட் விளையாடுவது சற்று சிரமமான காரியம் – விளையாடும் திடல் ஐயன்தெரு போன்ற குறுகிய தெருவாக இருந்தாலும் கூட, கட், ஸ்வீப் இதெல்லாம் கூடாது என்று தீர்மானித்துக் கொண்டாலும், எல்லாப் பந்துகளையும் நேரே பௌலருக்குத் திருப்பி அடிப்பது இயலாதாகையால், எக்ஸ்ட்ரா-கவரிலிருந்து மிட்-விக்கெட் வரை பௌலரே ஃபீல்ட் செய்யவேண்டும்.

கிரிக்கெட்டை விட்டால் செஸ்ஸோ, கேரம்ஸோ ஆடலாம். ஆனால் முன்னைப்போல் சீனுவை சுலபமாகச் செஸ்ஸில் தோற்கடிக்க முடியாமல் போனதால் கிச்சுவுக்கு அதில் இஷ்டமில்லை. கேரம்ஸில் இரண்டு கறுப்புக் காயின்கள் குறையும். எனவே போடப்படும் முதலிரண்டு கறுப்புக் காயின்களையும் நடுவில் வைத்து ஆடவேண்டும். அதிலும் அவனுக்கு அதிகமாக ஆர்வமில்லை.

மணிக்கும் பரீட்சைகள் நெருங்கிவிட்டதால் கிச்சுவுக்கு வீட்டு வேலை அதிகமாயிற்று, மணி, பரீட்சை இல்லாத சமயத்தில்கூட எண்ணெய் வாங்குதல், மிஷினுக்குச் செல்லுதல் போன்ற வேலைகளைத் தட்டிக் கழித்துவிடுவான். கிச்சுவின் அம்மாவுக்கு ஞாபக சக்தி இந்த விஷயத்தில் மிகவும் குறைவு. செய்ய வேண்டிய வேலைகளை யோசித்து வைத்து

மொத்தமாக ஒரே தடவையாகச் சொல்லிவிடுமாறு பலமுறை கிச்சு சொல்லியிருக்கிறான். ஆனால் அவன் அம்மாவுக்கு அது முடியாது. ஆக, நாளின் பெரும் பகுதியைச் சைக்கிள் ஓட்டுவதில் கழித்தான் கிச்சு.

பாண்டியனுடன் இரண்டு, மூன்று நாட்கள் சினிமாவுக்குப் போனான். ஆனால் அவனுக்கு விதிக்கப்பட்டிருந்த எல்லை ஸ்ரீரங்கம்தான். மெயின் கார்டு கேட் எல்லாம் காலேஜ் சேர்ந்த பிறகுதான்.

ஆறு மணிக்கு மேல் லக்ஷ்மியுடன் கோவிலுக்குச் செல்வதை மட்டும் தவறாது செய்து வந்தான். நாளாக ஆக, தனது பக்தியும் வேண்டுதல்களும் மிகவும் தீவிரமடைந்து வருவதை அவனால் உணரமுடிந்தது. பிள்ளையாரையும் அகிலாண்டேஸ்வரியையும் கெட்டியாகப் பிடித்துக்கொண்டான். கோவிலுக்குப் போவதற்காக வீட்டிலிருந்து புறப்படுவதிலிருந்து வீடு திரும்பும்வரை அவர்களிடையே பேச்சு மிகவும் குறைவாகத்தான் இருக்கும். ஆனால் அந்த மௌனமே அவர்களிடையே இருந்த நெருக்கத்தை சற்று அதிகப்படுத்தியது. நண்பன் எவனாவது, கோவிலில் சில நாட்கள் தென்படுவான். ஆனால் அவனும் கிச்சுவுடன் அவன் அக்கா இருப்பதைப் பார்த்துவிட்டு வெறும் புன்னகையுடன் சென்றுவிடுவான்.

தன்னிடம் எதிர்பார்க்கப்பட்ட விஷயங்களையெல்லாம், மூன்றாகச் சுருக்கி தனது வேண்டுதல்களாக்கிக் கொண்டான்.

1. ஸ்கூல் ஃபேர்ஸ்ட் வாங்க வேண்டும்.

2. 500க்கு மேல் வாங்க வேண்டும்.

3. நேஷனல் மெரிட் ஸ்காலர்ஷிப் வாங்க வேண்டும்.

மூன்றுமே பேராசையானவை இல்லையென்று அவனுக்குத் தெரியும். பிள்ளையார் மனது வைத்தால் சுலபமாக நடக்கும். அவர் மனது வைப்பார் என்பது பற்றிச் சந்தேகம் இருக்கவில்லை. அவனுக்கு ஒரு போதும்.

கடந்த சில மாதங்களாகக் கிச்சு 'டயரி' எழுத ஆரம்பித்திருந்தான் — சில பக்கங்களே எழுதப்பட்டிருந்த போன வருடத்துத் தமிழ்க் கட்டுரை

நோட்டில், அதில் கிரிக்கெட் ஸ்கோர் தவிர வேறெதுவும் இதுவரை எழுதியது கிடையாது.

இந்த லீவில்தான் வேறு விஷயங்களையும் அதில் எழுத ஆரம்பித்தான். தனது மூன்று முக்கியமான பிரார்த்தனைகளையும் நம்பர் போட்டு எழுதி வைத்தான். 'எனது அம்மா, அப்பா, வாத்தியார்களின் எக்ஸ்பெக்டேஷன்ஸ்க்கு என்னால் உயரமுடியுமா என்று கவலையாக இருக்கிறது. எனது எதிர்ப்பார்ப்புப்படி 510 மார்க் வரும்போல் இருக்கிறது. என்னவோ, அந்த விநாயகரைத்தான் மலைபோல் நம்பியிருக்கிறேன்' என்று எழுதினான்.

எல்லாக் கேள்வித் தாள்களையும் எடுத்து வைத்துக் கொண்டு ஒவ்வொரு கேள்விக்கும் மார்க் உத்தேசமாகப் போட்டுக் கூட்டிப் பார்ப்பது அவனது இன்னொரு பொழுதுபோக்காக இருந்தது. ஒவ்வொரு பேப்பரிலும் குறைந்தபட்சம், அதிக பட்சமென்று இரண்டு எல்லைகள். இரண்டையும் போட்டுக்கூட்டிப் பார்த்தில் குறைந்த பட்சம் 450-ம் அதிக பட்சம் 520-ம் வந்தன. இருந்தாலும் அவனுக்குப் பயமாக இருந்தது.

பரீட்சைகள் பற்றிய கனவுகள் வருவது நிற்கவில்லை. அவன் பரீட்சை ஹாலில் உட்கார்ந்து பரீட்சை எழுதிக் கொண்டிருப்பான். அது பெரும்பாலும் விருப்பப் பாடமாக இருக்கும். திடீரென்று கேள்வித்தாளைப் பார்த்தால் பாதிக்குமேல் பதிலே தெரியாத கேள்விகள். அவனுக்கு அழுகை அழுகையாக வரும்.

அல்லது, பதில் எல்லாம் தெரிந்திருக்கும். ஆனால் பார்ட்-ஏ முடிப்பதற்குள் முடியும் நேரம் நெருங்கிவிடும். வேகவேகமாக எழுத முயற்சி செய்வான். ஆனால் யாரோ அல்லது எதுவோ அவனது முயற்சிகளைத் தடை செய்வது போல் இருக்கும். பார்ட்-பி எழுத ஆரம்பிப்பதற்குள் பேப்பரைப் பிடுங்கிக் கொண்டு போய்விடுவார்கள்.

வேறு சில கனவுகளில், இவன் அன்று பரீட்சை இருப்பது தெரியாமல் வீட்டில் உறங்கிக் கொண்டிருப்பான். எதிர் வீட்டு விசுவநாதய்யர் வந்து தட்டியெழுப்பி, அன்று பரீட்சை இருப்பதை இவனுக்கு நினைவுபடுத்துவார்.

இவன் ஓட்டமும் நடையும் அழுகையுமாகப் பரீட்சை ஹாலை அடைந்தால், பரீட்சை முடிந்து சந்துருவும் சியாமளாவும் ஒருவர் தோளில் ஒருவர் கைபோட்டுக் கொண்டு சிரித்துக் கொண்டே வருவார்கள். இவனைச் சுட்டிக்காட்டி ஏதோ சொல்லிச் சிரிப்பார்கள்.

இம்மாதிரிக் கனவுகள் கண்டு உடலெல்லாம் வியர்த்து விழித்துக் கொண்டால், எதிர் வீட்டில் சந்துரு படிக்கும் சத்தம் கேட்பது மாதிரி இருக்கும். எழுந்து உட்கார்ந்து கொண்டு பார்த்து, எதிர்வீட்டில் விளக்கு எரியவில்லையென்று உறுதிப்படுத்திக் கொண்ட பிறகுதான் அவனால் மறுபடியும் தூங்கமுடியும்.

அவனது கனவுகளில் சியாமளா அடிக்கடி வந்தாள். சில சமயம் ஜாலியாகச் சிரித்துப் பேசுவாள். சில சமயம் ராஜாமணி அல்லது சந்துருவுடன் சேர்ந்துகொண்டு, இவன் இருப்பதையே கண்டுகொள்ளமாட்டாள். இன்னும் சில நாட்கள், தனக்கும் சியாமளாவுக்கும் கல்யாணம் ஆவதுபோல் கனவு காண்பான். பாதிக் கல்யாணத்தின்போது திடீரென்று சந்தேகம் வந்து, சற்றுக் கூர்ந்து கவனித்தால் மணப்பெண் சியாமளா அல்ல சுந்தரவல்லி என்பது புரியும். ஆனால் அந்தக் கல்யாணக் கனவு வரும் இரவுக்கு அடுத்தநாள் முழுக்க அதன் பாதிப்பு இருக்கும். ஏதோ புதையல் பற்றிய ரகசியமொன்றைத் தான் மட்டுமே அறிந்திருப்பதைப்போல், மனதில் ஒரு உற்சாகம் இருக்கும்.

ரிசல்ட் வரும் நாட்கள் நெருங்க நெருங்க, சந்துருவின் பிரார்த்தனைகளில் இன்னொரு அயிட்டமும் சேர்ந்து கொண்டது. செயிண்ட் ஜோஸப் கல்லூரியில் பி.யூ.ஸி. அட்மிஷன் கிடைத்துவிட வேண்டுமென்பதுதான் அது. முதல் மூன்றிலேயே இதுவும் அடக்கம் என்றுதான் கொள்ள வேண்டுமென்றாலும் (500க்கு மேல் வாங்கினால் செயிண்ட் ஜோஸப் கல்லூரியில் அட்மிஷன் கிடைத்துவிடும்) அதையும், தனது தினசரி வேண்டுதல்களில் மறக்காமல் சேர்த்துக் கொள்ளத் தொடங்கினான் கிச்சு,

[9]

மாலைமுரசில் எஸ்.எஸ்.எல்.சி. பரீட்சை முடிவுகள் வந்திருக்கும் செய்தி வேகமாய்ப் பரவி ஐயன் தெருவை அடைந்தபோது சுமார் ஐந்து மணியிருக்கும். கிச்சு தன் தம்பியுடன் கிரிக்கெட் ஆடிக் கொண்டிருந்தான். 'தான் பாஸ் பண்ணாவிட்டால் யார் பாஸ் பண்ணப் போகிறார்கள்' என்று தைரியமாக இருந்தவனென்றாலும் கிச்சுவுக்கு இச்செய்தி அடி வயிற்றில் சங்கடத்தை உண்டு பண்ணியது. ஆனால் வெளிக்கு சாதாரணமாக இருப்பது போன்ற பாவனையுடன் சைக்கிளை எடுத்துக் கொண்டு கடை வீதிக்கு விரைந்தான்.

அவனுக்குள் பல பயங்கள் புதிதுபுதிதாய் முளைத்தன. இரண்டு லட்சம் பேப்பர்களுள் எல்லாப் பேப்பர்களையும் ஒழுங்காகத் திருத்தியிருப்பார்கள் என்று என்ன நிச்சயம்? எல்லாப் பேப்பர்களிலும் நாம் ஒழுங்காக நம்பர் எழுதினோமா? கட்டாகக் கட்டி அனுப்பும்போது ஏதாவது பேப்பர்கள் தொலைந்திருந்தால்? மார்க்குகளைக் கூட்டும்போது ஏதேனும் தவறு நிகழ்ந்திருந்தால்? இவை அனைத்தையும் மிஞ்சுகிறார்போல், அந்த வருடம்தான் கம்யூட்டர் உபயோகிக்கப்போகிறார்கள் முதன்முதலாக என்று வந்திருந்த செய்தி வேறு.

கம்ப்யூட்டர் எப்படிப் பேப்பர்களைத் திருத்தப்போகிறது என்று பலருக்குப் புரியவில்லை. எனவே ஊரெங்கும் இஷ்டத்துக்குப் புரளிகள். கம்ப்யூட்டருக்கு ஆறுக்கும் ஒன்பதுக்கும் வித்தியாசம் தெரியாது என்று ஒரு புரளி. ஒரு சிறு தவறு இருந்தாலும், அந்தக் கேள்விக்கு பூஜ்யம் மார்க்தான் என்பது மற்றொரு புரளி.

அவன் ஸ்கூல் வாசலில் ஒரே பரபரப்பாக இருந்தது. மாணவர்கள், மாணவர்கள் அல்லாதார் என்று அனைவரும் சிறுசிறு கூட்டங்களாக நின்று தீவிரமாகப் பேசிக் கொண்டிருந்தனர். பாண்டியன் இவனைப் பார்த்து பலமாகக் கைதட்டிக் கூப்பிட்டான்.

இவன் அருகில் வந்ததும் “நான் பாஸ்டா” என்றான் உரக்க. “நான் பாஸா?” என்று இவன் கேட்டதற்குப் “போடா, நீ பாஸாகாமலா” என்று அலட்சியப்படுத்திவிட்டான்.

கிச்சுவால் பொறுக்க முடியவில்லை.

மனோகரன், இளங்கோவன், மணி, விஜயன், தனபாலன் என்று அவனுக்குத் தெரிந்த பலரது முகங்கள் அந்தக் கூட்டங்களில் தென்பட்டன. அவர்களது முகங்களிலிருந்து இவனால் ஒன்றும் ஊகிக்க முடியவில்லை. அவனுக்கு அப்போது தன்னுடைய ரிஸல்ட்டைவிட இவர்களில் யார் யார் பாஸென்று அறிய ஆவலாக இருந்தது. ஆனால் நேரடியாக யாரையும் கேட்கவும் தைரியமில்லை.

பாண்டியன் இவனைத் தனியாக அழைத்துச் சென்றான். ஸ்கூலில் 42% பாஸ் என்று அறிவித்தான். அது கிட்டத்தட்ட எதிர்பார்த்ததுதான். கிச்சு ஒவ்வொரு மாணவனாக, பாஸா என்று பாண்டியனிடம் விசாரிக்க, அவனும் தனக்குத் தெரிந்தவரை பொறுமையாகப் பதில் சொல்லிக் கொண்டிருந்தான்.

அவனது நண்பர் குழாமில் அவர்கள் எதிர்பார்த்தபடி கிச்சு, பாண்டியன், மனோகரன், இளங்கோவன் மட்டும்தான் பாஸ், அவர்கள் ‘ஸி’ பிரிவிலேயே மொத்தம் எட்டு பேரோ என்னவோதான் பாஸ் என்று தெரிந்தது. கிச்சுவுக்கு மிகவும் வருத்தமாக இருந்தது.

அக்கூட்டத்தில் யாரிடமிருந்தோ ஒரு ‘மாலைமுரசு’ வாங்கிப் பார்த்த போது, தமிழ்நாட்டில் முதல் பத்து ராங்க் வாங்கியவர்களின் விவரமும் அதில் இருந்ததைப் பார்த்தான். ஒரு சிறு நப்பாசை உந்த, தன் பெயர் அதிலிருக்கிறதா என்று தேடினான். செயின்ட் ஜோஸப் ஹை ஸ்கூல், இ.ஆர். ஹை ஸ்கூல், ஏன், ஸ்ரீரங்கம் ஆண்கள் உயர்நிலைப் பள்ளியின் பெயர்கள் எல்லாம் அதில் இருந்தன. சில ராங்க்குகளை ஒரே மார்க் வாங்கி, மூன்று நாலுபேர் பகிர்ந்து கொண்டுமிருந்தார்கள்.

கிச்சுவுக்கு ஏமாற்றமாக இருந்தது. அப்புறம் ஏதோ நினைவு வந்தவனாக முதல் ராங்க் வாங்கியவனின் மார்க்கைப் பார்த்தான். 558

என்றிருந்தது. அது சற்று ஆறுதலாயிருந்தது. அப்படியானால் நமக்கு 500 வர வாய்ப்பிருக்கிறது என்று நினைத்தான்.

முதல் ராங்க் வாங்கியவனின் குடும்பம் ஃபோட்டோவுடன் முதல் பக்கத்தில் வெளியாகியிருந்தது. அந்த இடத்தில் தான், அம்மா, அப்பா, கணேசன், மணி, லக்ஷ்மி, சீனு என்று எல்லாரையும் நிற்க வைத்துப்பார்த்தான். இடது புறமிருந்து மூன்றாவது நிற்பவர்தான் ஜெ.கிருஷ்ணமூர்த்தி, சே!

அந்தப் பையன் திருச்சி செயின்ட் ஜோஸப் ஹை ஸ்கூல் மாணவன். எட்டு பேர் கொண்ட குடும்பம். அவனது அம்மா, அப்பா, அண்ணன், அக்கா, தம்பி என்று எல்லாரைப் பற்றிய விவரங்களும் இருந்தன. அந்தப் பையன் தான் என்ஜினியராகப் போவதாகத் தெரிவித்திருந்தான். தான் முதல் ராங்க் வாங்கியதற்கு தனது பெற்றோர்கள், ஆசிரியர்கள் ஆகியோரது ஆதரவும், ஊக்குவிப்பும், இயேசுவின் அருளும், மாலை முரசில் வந்த தேர்வு மாதிரி வினா-விடைகளும் காரணமென்று சொல்லியிருந்தான்.

இயேசுவின் அருளா? அப்போதுதான் அவனது பெயரையே சரியாகப் பார்த்தான். பால்ராஜ் என்றிருந்தது.

ஸ்கூலில் மார்க்—ஷீட்டுகள் வர இன்னும் நாலைந்து நாட்களாகலாம் என்று சொல்லிவிட்டார்கள்.

[10]

அந்த நாலைந்து நாட்களும் பொறுக்க முடியாத வேதனையாக இருந்தது கிச்சுவுக்கு. இந்த ஒன்றரை மாதம் பொறுத்தது கூடப் பெரிய விஷயமாகப்படவில்லை. உத்தேச மார்க்குகள் போட்டுக் கூட்டிப் பார்த்து அலுத்துப் போயிருந்தது. திடீரென்று ஏற்பட்ட வெறியில் அந்தக் கேள்விக் தாள்களைக் கிழித்துப் போட்டான்.

சந்துரு வேறு பம்பாயிலிருந்து திரும்பியிருந்தான். இவனுடன் தினமும் மிகவும் இயல்பாகப் பேசினான்.

அந்த நாலு நாட்களுக்குள் பலமுறை மார்க் ஷீட்ஸ் வந்து விட்டதாகப் பொய்யான வதந்திகள் கிளம்பின. அதில் ஒரு முறை கிச்சுவும், ஒரு முறை சியாமளாவும் ஒருமுறை சந்துருவும் ஃபர்ஸ்ட்டாக இருந்தனர். ராஜாமணியை ஏனோ விட்டுவிட்டார்கள். இந்தப் புரளிகளைக் கிளப்புவதே அவன்தானோ என்று கிச்சுவுக்குச் சந்தேகம்.

ரிசல்ட் வந்து ஐந்தாம் நாள். காலை பத்து மணி வாக்கில் 'யாரோ கொண்டயம்பேட்டைப் பையன்னா ஃபர்ஸ்ட்டாம்' என்று வாசலில் யாரோ சொல்வது போலிருந்தது. கிச்சு அவசரமாக வாசலுக்கு வந்து பார்த்தான். கோடி வீட்டு ஜம்புதான் யாரிடமோ சொல்லிக் கொண்டிருந்தான்.

இது உண்மையாயிருந்துவிடக் கூடாதே என்று பிள்ளையாருக்கு அவசரமாய் வேண்டிக் கொண்டான். ஆனால் அவனுக்குள் ஏதோ உள்ளுணர்வு இது புரளி அல்லவென்று சொல்லியது.

இதயம் வெடித்துவிடுமோ என்று அஞ்சுமளவிற்கு வேகமாய்த் துடிக்க ஆரம்பித்தது. சரி போய்ப் பார்த்து விடுவது என்று இவனும் சந்துருவும் சைக்கிளில் கிளம்பினார்கள்.

ஸ்கூலை அடைவதற்கு முன்பே விஷயம் உண்மைதான் என்பது உறுதியாயிற்று. ஸ்கூலை அடைந்து விஷயங்களை அறிந்த கிச்சுவால் நம்ப முடியவில்லை. 'இல்லை, இது உண்மை இல்லை. இது ஏதோ கெட்ட கனவு' என்று சொல்லிக் கொண்டான்.

502 வாங்கி ராஜாமணிதான் ஸ்கூல் ஃபர்ஸ்ட் வாங்கியிருந்தான். கிச்சு 498 வாங்கி இரண்டாவது. சந்துரு 456 தான். சியாமளா 437. நானூறுக்கு மேல் பன்னிரண்டு பேர் வாங்கியிருந்தார்கள்.

கிச்சுவுக்கு அழுகை வந்தது. உதடுகளைக் கடித்து அழுகையை அடக்கப் பார்த்தான். முடியவில்லை. கக்கூஸிற்குள் போய்க் கதவைச் சாத்திக் கொண்டு தேம்பித் தேம்பி அழுதான்.

அழுகை ஓய்ந்ததும் சற்று நிம்மதியாக இருந்தது. முகத்தைத் துடைத்துக் கொண்டு, முடிந்தவரை முகத்தை இயல்பாய் வைத்துக் கொண்டு வெளியே வந்தான்.

கண்ணில் பட்ட ஆசிரியர்கள் எல்லாம் அவனைத் துக்கம் விசாரித்தனர். "சே! என்ன கிச்சா! இப்படி ஏமாத்திப்பிட்டியே" எல்லோரும் இதே பல்லவிதான். அவனது கணக்கு வாத்தியார் மட்டும் அவன் ஸ்டேட்டில் முதல் பத்து இடங்களுக்குள் ஒரு இடத்தைப் பெற்று, ஸ்கூலுக்கே பெருமை தேடித் தருவானென்று நம்பியிருந்ததாகச் சொன்னார். கிச்சுவுக்கு மறுபடியும் அழுகை வரும் போலிருந்தது.

மார்க்—ஷீட்டை வாங்கிப்பார்த்தால், அவன் முற்றிலும் எதிர்பாராதவிதமாக சரித்திரம்—பூகோளத்தில், மார்க் குறைந்திருந்தது. எப்படியும் 80-85 வருமென்றிருந்த அதில் 64 தான் வந்திருந்தது. மற்ற எல்லாவற்றிலுமே நல்ல மார்க்தான். அவன் எதிர்பார்த்ததுதான். அவன் கனவிலும் நனவிலும் பயந்த கணக்கு விருப்பப்பாடத்தில் கூட 82 வந்திருந்தது. ராஜாமணி சரித்திரம்—பூகோளத்தில் 79 வாங்கியிருந்தான். சே! அதில் மட்டும் அவனை முந்தியிருந்தால்! அலட்சியமாய் 500க்கு மேலும் ஸ்கூல் ஃபர்ஸ்ட்டும் வந்திருக்கும்.

இப்போது 2 மார்க்கில் 500 போன வருத்தம் தவிர, 4 மார்க்கில் ஸ்கூல் ஃபர்ஸ்ட்டும் போய்விட்டது. அவனது துக்கம் ஆத்திரமாக மாறி, முழுக்க விநாயகர் மீது திரும்பியது. இரண்டு விஷயங்களிலும் பிள்ளையார் அவனை ஏமாற்றிவிட்டார். சே! எவ்வளவு தீவிரமாக, ஒரு நாள் விடாமல், நம்பிக்கையுடன் வேண்டிக் கொண்டேன். அவனால் பிள்ளையாரை மன்னிக்க முடியவில்லை.

வழியெல்லாம் அடக்கி வைத்திருந்த அவனது அழுகை அம்மாவைப் பார்த்ததும் பீறிட்டுக் கொண்டு புறப்பட்டது. அம்மா புடவைத் தலைப்பால் அவனது கண்ணீரைத் துடைத்து விட்டுவிட்டு, "சீ அசடு! இதுக்குப் போயா அழறது? இன்னும் கொஞ்ச நாள்ல காலேஜ் போகப் போற. இப்ப என்னடா ஆயுடுத்துன்னு அழற? காலணாப் பொறாத அல்ப விஷயம். ஏதோ நாலு

மார்க் போயிடுத்துன்னா என்னடா? அழுகையை நிறுத்து வா, கேசரி பண்ணி வச்சிருக்கேன், சாப்பிடு” என்றார்.

அதைக் கேட்டு அவனது அழுகை அதிகமாயிற்றே தவிரக் குறையவில்லை. தனக்கு ஆறுதல் அளிக்க வேண்டுமென்பதற்காகவே அம்மா அவசரமாகக் கேசரி கிண்டியிருக்கிறார் என்று தெரிந்ததும் அவனது துக்கம் அதிகமானது. ‘சே! இந்த அம்மாவின் ஒரு சிறிய ஆசையை நிறைவேற்ற முடியவில்லை பார்!’ என்று எண்ணினான்.

அப்பா மெதுவாக நேஷனல் மெரிட் ஸ்காலர்ஷிப் பற்றி விசாரிக்க ஆரம்பித்தார். இவன் பதில் சொல்வதற்குள் அம்மா, ‘செத்த சும்மா இருங்கோ’ என்று சொல்லி அப்பாவை அடக்கிவிட்டார். நேஷனல் மெரிட் பற்றி அறிய இன்னும் நிறைய நாளாகும் என்று அவன் அறிந்திருந்தான்.

இது மாதிரி நிகழவேண்டுமென்றே காத்திருந்தவன் போல், மணி ‘நீ படிக்கறது போறாது. இன்னும் நன்னாப் படிக்கணும்’னு ஒரு நாள் நான் சொன்னப்போ? ‘எல்லாம் எனக்குத் தெரியும்டா’ன்னு முறைச்சியே இப்பப் பாரு” என்றான்.

ஆனால் கிச்சு அதற்குள் அழுகையையெல்லாம் கடித்து விழுங்கிவிட்டு ஒரு அலட்சிய பாவத்தை முகத்தில் வரவழைத்துக் கொண்டிருந்தான்.

“போடா. எல்லாம் நீ எஸ்.எஸ்.எல்.சி ல வாங்கினதவிடக் கூடத்தான் வாங்கியிருக்கேன்” என்று அவனால் சொல்ல முடிந்தது.

[11]

அவனுக்கு செயிண்ட் ஜோஸப்ஸ் கல்லூரியில் அட்மிஷன் கிடைத்த அன்றும் அம்மா வீட்டில் கேசரி பண்ணியிருந்தார். சந்துருவுக்கு செயிண்ட் ஜோஸப்ஸில் அட்மிஷன் கிடைக்கவில்லை என்று அறிய, சற்று ஆறுதலாக இருந்தது. ராஜாமணியும் செயிண்ட் ஜோஸப்ஸில்தான் சேர்ந்திருந்தான். ஆனால் நல்ல வேளையாக அவன் ‘ஏ’ பிரிவு. கிச்சு ‘பி’ பிரிவு.

[12]

புதிதாகத் தைத்திருந்த பேண்ட், சட்டையுடன், ஏதோ போருக்குச் செல்லும் சிப்பாய் மாதிரி எல்லோரிடமும் பிரியா விடை பெற்றுக் கொண்டு, முதல் நாள் காலேஜுக்குக் கிளம்பியபோது கிச்சுவுக்கு உடலெங்கும் ஒரு பரபரப்பு இருந்தது.

அன்று 1 ஆம் நம்பர் பஸ்ஸில் தன்னை யாரும் கவனிக்கிறார்களா என்று பார்த்தான். சிலர் தன்னை அடையாளங்கண்டு கொண்டது போல் தோன்றியது. அதுவும் ஒரு அழகான பெண் இவனை இரண்டு முறை திரும்பிப் பார்த்ததைப் பெரும் பாக்கியமாகக் கருதினான்.

நூறு பேர் தன்னுடைய பிரிவில் மட்டும் இருப்பார்களென்று கிச்சு எதிர் பார்க்கவில்லை. அவனுக்கு எல்லாமே மலைப்பாக இருந்தது. முதல் 'அவர்' (hour) கணக்கு. அதற்கு வயதான ஒரு பேராசிரியர் வந்தார். 'இந்தக் கல்லூரியில் படிப்பதற்கு நீங்களெல்லாம் முந்தின ஜென்மத்தில் புண்ணியம் செய்திருக்க வேண்டும். இக்கல்லூரி சென்னைப் பல்கலைக்கழகத்தைவிடவும் பழைமையானது ... எஃஸட்ரா'—ரீதியில் கல்லூரியின் அருமை பெருமைகளைப் பற்றிச் சிறிது நேரம் பேசினார். அப்புறம் எஸ்.எஸ்.எல்.சி. யில் 500க்கு மேல் வாங்கியவர்களை எழுந்து நிற்குமாறு பணித்தார்.

கிச்சுவுக்குத் தலை சுற்றியது. நூறு பேர் கொண்ட அந்தக் கிளாஸில் 12 பேர் ஐநூறுக்கும் அதிகமான மதிப்பெண்கள் வாங்கியிருந்தனர். அப்புறம் 520க்கு மேல் வாங்கியவர்களைத் தவிர மீதிப்பேர்களை உட்காரச் சொன்னார்.

கிச்சுவுக்கு நிஜமாகவே மயக்கம் வரும் போலிருந்தது, 520க்கு மேல் வாங்கியவர்கள் ஏழு பேர் இருந்தனர் அவன் கிளாஸில். பத்து பிரிவுகள் கொண்ட பி.யூ.ஸி.யில் ஃபேர்ஸ்ட் குரூப் மட்டும் நாலு பிரிவுகள் என்பது அவனுக்குத் தெரியும்.

அந்த ஏழு பேரையும் ஒவ்வொருவராக எந்த ஸ்கூல், எத்தனை மார்க், ஸ்டேட் ராங்க் உண்டா என்று கேட்டார். அப்போதுதான், தான் இருந்த அதே வரிசையில், தனக்கு வெகு அருகில் நின்று கொண்டிருந்தவன் 558 வாங்கி ஸ்டேட் ஃபர்ஸ்ட் வாங்கிய பால்ராஜ் என்பதைக் கவனித்தான். பால்ராஜ் இதைச் சொன்னதும் 99 தலைகள் அவன் பக்கம் திரும்பின.

கிச்சுவுக்குப் பொறாமையைவிட மலைப்புதான் அதிகமாக இருந்தது. அந்தப் பால்ராஜ் அப்பாவி மாதிரி இருந்தான். தன்னைவிடவும் சில இன்ச்சுகள் குட்டை என்பதைக் கிச்சு கவனித்தான். ‘இவனிடம் என்ன இருக்கிறது? எவ்விதத்தில் இவன் நம்மைவிட உயர்ந்தவன்? பார்க்கக்கூட அசப்பில் நம் தம்பி மாதிரி இருக்கிறான். தனக்கு இருக்கும் மீசைகூட இவனுக்கு இல்லை.

கிச்சுவுக்கு அநாவசியமாக அப்போது ஏசுவின் அருள் நினைவிற்கு வந்தது.

இந்தக் கிளாஸில் பாதிப் பேருக்கு மேல் ஸ்கூல் ஃபர்ஸ்ட்டாக இருப்பார்கள் என்று அவனுக்குத் தோன்றியது. ஏதோவொரு பயங்கரமான கொடிய விலங்குகள் நிறைந்த உலகத்தில் தன்னைக் கொண்டு வந்துவிட்டு விட்டதுபோல் உணர்ந்தான்.

எல்லா லெக்சரர்களும் முழுக்க இங்கிலீஷிலேயே பேசினார்கள். இரண்டாவது ‘அவரி’லிருந்தே எல்லோரும் ஜரூராகப் பாடம் நடத்த ஆரம்பித்தார்கள்.

ஃபிஸிக்ஸ் லெக்சரர், எஸ்.எஸ்.எல்.சி.யில் மார்க் வாங்கியது பெரிதாக முக்கியமில்லையென்றும் பி.யூ.சி. மார்க்கை வைத்துத்தான் அவர்களது தலைவிதியே நிர்ணயிக்கப்பட இருப்பதாகவும் தெரிவித்தார். மூன்றாவது பார்ட்டில் நல்ல மார்க் வாங்கி ஏதாவது இன்ஜினியரிங் காலேஜில் சேர்ந்தால் உய்வுக்கு வழியுண்டு. இல்லையேல் பி.எஸ்.ஸி. எதிலாவது சேர்ந்து, ஒரு ஓட்டை டிகிரி வாங்கிப் பட்டம் பண்ணிப் பறக்கவிட வேண்டியதுதான் என்றார்.

கெமிஸ்ட்ரி கிளாஸில் சில பையன்கள் கேட்ட சந்தேகங்கள் கிச்சுவைப் பயமுறுத்தின. சென்ட்ரல் ஸ்கூல்களிலிருந்து வந்திருந்த அவர்களது அறிவும், அலட்சியமான ஆங்கிலமும் அவனைத் திகைப்புக்குள்ளாக்கின.

அன்று மாலை, லக்ஷ்மி அவனை வழக்கம்போல் கோவிலுக்குக் கூப்பிட்ட போது அவன் வர மறுத்துவிட்டான். மறுநாள் இங்கிலீஷ் காம்போஸிஷன் இருப்பதாகச் சொன்னான். அது பச்சைப் பொய்.

அன்று இரவு அவனுக்கு 'தி ஹைஸ்கூல்' கனவில் வந்தது.

—கணையாழி, ஏப்ரல் 1984 (தி. ஜானகிராமன் நினைவு குறுநாவல் போட்டியில் தேர்ந்தெடுக்கப் பட்டது)—

கடைசிப் பரீட்சை

வானவெளி முழுவதையும் நெருக்கமான நீரிழைகளால் தைத்துவிட்டமாதிரி, மழை பெய்துகொண்டிருந்தது. 'ஏ' ஹாஸ்டலின் மூன்றாவது மாடியிலிருந்த தனது அறையிலிருந்து ஜன்னல் வழியே வெளியே பார்த்துக் கொண்டிருந்த கிச்சாவுக்கு, அந்த நீர்ப் படலத்திற்கு அப்பால் எதுவும் தெரியவில்லை. ஹாஸ்டலுக்குச் சற்று எதிரே இருந்த முந்திரி, பலா மரங்கள்கூட அந்த நீர்ப் புகையில் மறைந்திருந்தன. அதற்கும் அப்பால், வழக்கமாய்த் தென்படும் பசுமையும், பள்ளத்தாக்கும்,

கல்லூரிக் கட்டிடங்களும், மேற்குத் தொடர்ச்சி மலையின் விளிம்புகளும் அவன் கற்பனையில் ஒருமுறை தோன்றி மறைந்தன.

அவனுக்கு வானம் யாருக்காகவோ அழுவதுபோல் தோன்றியது. சட்டென்று தன் அம்மாவின் நினைவு வந்தது அவனுக்கு.

சமையலறையின் வெப்பம் தாளமுடியாமல் எப்பவும் வியர்வையில் குளித்திருக்கும் அம்மா. பிள்ளையாருக்குத் தனக்குத் தெரிந்த அரைகுறை சமஸ்கிருத ஸ்லோகங்களால் நைவேத்தியம் செய்துவிட்டு, கிண்ணத்திலிருக்கும் சில திராட்சைப் பழங்களுக்காக இவனைக் கூப்பிடும் அம்மா, இவனுக்காகப் பிரத்தியேகமாய்ப் போட்ட காப்பியை இவனைக் கூப்பிட்டுக் கொடுக்கையில் காலையில் போட்டது சற்று மிஞ்சிவிட்டதாய்ப் பொய் சொல்லும் அம்மா, பரீட்சைகள் முடிந்து ஊர்திரும்பும் இவனுக்காகக் கேசரி பண்ணிவைத்துவிட்டு, வாசலில் பொறுக்க முடியாத எதிர்பார்ப்புடன் காத்திருக்கும் அம்மா.

'நீங்கள்ளாம் ஒருநா(ள்) 'ஓஹோ'ன்னு வரத்தாண்டா போறேள்.... நான்தான் அப்போ இருக்கேனோ என்னமோ...' கஷ்டங்களுக்கு நடுவிலும் கனவுகள் கண்ட அம்மா...

கண்களிலிருந்து வழிந்த சூடான கண்ணீர் அவனுக்கு இலேசான குறுகுறுப்பை ஏற்படுத்தியது. அதைத் துடைத்துவிட்டுக் கொண்டான், கேரளாவின் பருவமழை, இனிமையான இசை, இதுபோன்று முன்பு மனதிற்கு மகிழ்ச்சியும் நிறைவும் அளித்தவையெல்லாம் இப்போது தன் அம்மாவின் நினைவு ரணங்களைக் கிளறிவிடுவதை அவனால் உணர முடிந்தது.

மீண்டும் அந்த நம்பமுடியாத உணர்வு அவனைப் பிடித்தது. 'நம் அம்மா எப்படி இறந்திருக்க முடியும்?' உடனேயே, சிதையில் கிடத்தியபோது கடைசியாய்ப் பார்த்த அந்த விகாரமான முகம் நினைவுக்கு வந்தது அவனுக்கு. இதோடு கனவில் பலமுறை வந்துவிட்ட, உயிருள்ளவரை அவனால் இனி மறக்கவே முடியாத வீங்கிப் போன அந்த முகம்.

தனக்கு ஏதோ மிகப்பெரிய அநீதி இழைக்கப்பட்டுவிட்டதுபோல் தோன்றியது அவனுக்கு. யார் மேலோ அடக்க முடியாமல் கோபம் பொங்கியெழுந்தது.

‘இது அநியாயம், பாவிகளா! என் அம்மாவை என்னடா செய்தீர்கள்? சாகமாட்டாளா என்று பிள்ளைகளும் பேரன்களும் காத்துக்கிடக்கும் கிழவிகளெல்லாம் உயிருடனிருக்க, என் அம்மாதானா கிடைத்தார் உங்களுக்கு? இதையெல்லாம் கேட்க யாருமே இல்லையா?

மேசையின் மீது கோபத்துடன் ஓங்கிக் குத்தினான். மேசைமீது திறந்து வைக்கப்பட்டிருந்த புத்தகம் ஒன்று எம்பிக் குதித்து, சத்தத்துடன் அடங்கியது. பிறகு, தனது செயலால் வெட்கம் அடைந்தவன் மாதிரி, பார்வையை மீண்டும் ஜன்னலுக்கு வெளியே செலுத்தினான்.

மழை அதே நிதானத்துடன், சீரான ஓசையுடன் பெய்து கொண்டிருந்தது. இப்போதைக்கு நிற்காதென்று தோன்றியது. தலையில் தொப்பிக் குடையுடன் சற்றுத் தூரத்தில் வந்துகொண்டிருந்த உருவமொன்று மிக மங்கலாகத் தெரிந்தது. இவனை நோக்கித் திடீரென்று வீசிய மென்மையான குளிர்காற்று, செங்குத்தாக விழுந்து கொண்டிருந்த மழைக் கோடுகளின் ஒழுங்கைச் சிறிது கலைத்தது. கிச்சாவின் முகத்தில் சாரலடித்தது. ஜன்னல் கதவுகளை அவசரமாய் இழுத்து மூடினான்.

அம்மா, இப்போது எங்கே, என்ன செய்து கொண்டிருக்கிறாய்? உன் மஹாகணபதியைப் பார்த்தாயா? அவர் ஏன் இப்படி உன்னையும் எங்களையும் அநியாயமாய் ஏமாற்றினாரென்று கேட்டாயா? உன் கால்விரல் சுளுக்கும், நெஞ்சு வலியும் சரியாகிவிட்டனவா? சொர்க்கத்தின் சமையலறையிலாவது காற்றோட்டமும், இருபத்தி நாலு மணி நேரமும் தண்ணீர் கொட்டும் குழாய்களும் இருக்கின்றனவா?

தொண்டையில் ஏதோ உருண்டு அடைத்துக் கொண்டதுபோல் உணர்ந்தான். பிடிவாதமாய் அம்மாவின் நினைவுகளை அகற்ற

முயன்றான். அது ஏதோ பாவமான, துரோகமான, நன்றி கெட்ட செயல் போலத் தோன்றியது.

இன்னும் சில நாட்களில் ஆரம்பமாகவிருந்த கடைசி செமஸ்டர் பரீட்சைகள் கிச்சாவுக்கு நினைவு வந்தன. மிகவும் தளர்ச்சியடையச் செய்வதாக இருந்தது அது.

வாழ்க்கையில் இதோடு மொத்தம் எவ்வளவு பரீட்சைகள் எழுதியிருப்போம்? இந்த இன்ஜினியரிங் காலேஜ் வந்த பிறகு எழுதியவை மட்டும் என்று பார்த்தால் கூட... நடந்து முடிந்த ஒன்பது செமஸ்டர்களில், செமஸ்டருக்குச் சராசரியாய் ஆறு பேப்பர்கள் எனலாம். ஒவ்வொன்றிலும் குறைந்தது மூன்று டெஸ்ட்டுகள் என்று வைத்தாலும் நூற்றி ஐம்பதுக்கு மேல் தேறும். ஒரு கடிகாரம் தனக்கிடப்பட்ட பணியைச் செய்வது மாதிரி, எந்தவித வெறுப்போ, முணுமுணுப்போ இல்லாமல் இத்தனை பரீட்சைகளையும் எழுதியிருக்கிறோம். இவை தவிர, பதினோரு வருடப் பள்ளிப் படிப்பின் போதும், பி.யூ.ஸி.யின் போதும் எழுதியவை வேறு. வாழ்க்கையில் இதுவரையான சாதனையென்றால் இந்தப் பரீட்சைகளைத்தான் சொல்ல முடியும். சே!

இன்னும் ஆறு பாக்கி, அப்புறம் டிகிரி தருவான், அப்புறம்? வேலை... சம்பளம் சோறு, எனக்கும் கல்யாணம், பொண்டாட்டி, குழந்தைகள்... எல்லா முயற்சிகளும் கடைசியில் எதற்கு? அம்மா மாதிரி திடீரென்று ஓரிரவு கடுமையான வயிற்று வலி வந்து, அது காஸ்ட்ரோ-என்டெரிடிஸா இல்லையா என்று கூடச் சரியாய் டாக்டர்கள் தீர்மானிப்பதற்கு முன்பு, மறுநாளே அநியாயமாய்ச் செத்துப் போவதற்கா?

சுய பரிதாபத்தைச் சிரமப்பட்டு அகற்ற முயன்றான். அந்த இடத்தைவிட்டு நிறைய மனிதர்கள் இருக்குமிடம் எதற்காவது உடனடியாய்ப் போய்விட வேண்டுமென்று தோன்றியது. கைக்கடிகாரத்தில் மணி பார்த்தான். இன்னும் கால்மணி நேரத்தில் மெஸ் மூடப்பட்டுவிடுமென்பது நினைவு வந்தது. இப்போதே 'ஸப்ஜி'யெல்லாம் காலியாகியிருக்கும். ரசத்திற்குப் பதில் சூடு வெள்ளம்தான் இருக்கும்.

அம்மா இறந்து, இங்கு வந்ததிலிருந்து, கூட்டம் நிறைய இருக்கும். சமயங்களில் மெஸ்ஸுக்குச் செல்வதைக் கிச்சா தவிர்த்து வந்தான். ஒரு அடக்கி வைத்த பரிதாபத்துடன், 'ஸாரி'யென்ற பார்வையாய்ப் பார்த்த நண்பர்களை எதிர்கொள்வது அவனுக்கு நரகமாக இருந்தது. அது போன்ற சந்தர்ப்பங்களில் எல்லாம் முகத்தை எப்படி வைத்துக் கொள்வதென்ற குழப்பமேற்பட்டது அவனுக்கு. இப்போதுதான் அழுத மாதிரி முகத்தைச் சோகமாக வைத்துக்கொள்ள வேண்டுமா? அல்லது, எதுவுமே நடவாத மாதிரி சாதாரணமாய் முகத்தை வைத்துக் கொண்டு பலவீனமாய்ப் புன்னகை செய்யலாமா?

அம்மா இறந்து இருபது நாளான இருபத்தி-இரண்டு வயதுப் பையன் எப்படி இருக்க வேண்டும்? அல்லது இருப்பான்? அதுபோல் யாரையும் கிச்சா பார்த்ததில்லை. அவன் நண்பர்கள் எல்லோருக்கும் அம்மா உயிருடன் இருந்தார். சிலருக்கு அப்பா இல்லைதான். ஆனால் தாயை இழந்தவன், இந்தக் கோழிக்கோடு பிராந்தியப் பொறியியற் கல்லூரியிலேயே, தான் மட்டுமாகத்தான் இருக்க வேண்டுமென்று அவனுக்குத் தோன்றியது.

எதிரே மேசை மீது சில மணி நேரங்களாக அதே பக்கத்தைக் காட்டிக் கொண்டிருந்த 'மெஷின்-டிஸைன்' புத்தகம் அவனது கவனத்தைக் கலைத்தது. மீண்டும் மெஸ் நினைவு வந்தது.

எழுந்து, கைலியைச் சரியாகக் கட்டிக்கொண்டான். கொடியில், குப்பையாய்த் தொங்கிக் கொண்டிருந்த துணிகளிலிருந்து ஒரு சட்டையை உருவித் தோளில் போட்டுக் கொண்டான். அலமாரிக்குச் சென்று பூட்டை எடுத்துக் கொண்டு அறையை விட்டு வெளியே வந்தான். முகத்தைத் தோளிலிருந்து தொங்கிய சட்டையால் துடைத்துவிட்டுக் கொண்டான்.

பலமாய் இழுத்தால் திறந்து கொள்ளக்கூடிய அந்தப் பூட்டைச் சாவியின் உதவியின்றி அழுத்திப் பூட்டியபோது, வீட்டைப் பூட்டிவிட்டு வெளியே செல்லும் ஒவ்வொரு முறையும் பூட்டினோமா என்று அம்மாவுக்கு எழும் சந்தேகம் அவனுக்கு நினைவு வந்தது.

பொத்தான்களைப் போட்டுக்கொண்டு மாடிப் படியிறங்கிச் செல்கையில், தான் அணிந்து கொண்டிருப்பது அம்மாவுக்கு மிகவும் பிடித்த நீலக் கலர்ச் சட்டை என்ற மற்றொரு நினைவு எங்கிருந்தோ மிதந்து வந்து தாக்கி விட்டுச் சென்றது.

அனில்குமாரின் அறைக் கதவு பாதி திறந்திருந்தது. உள்ளே மங்கலான சிவப்பு விளக்கு எரிந்து கொண்டிருப்பது தெரிந்தது. அங்கிருந்து வந்து கொண்டிருந்த பிங்க்–ஃப்ளாய்டின் இசையை எதிர் அறையிலிருந்த கிச்சாவால் தெளிவாகக் கேட்க முடிந்தது. இரவு நேரம், மங்கலான சிவப்பு விளக்கு, மேற்கத்திய இசை மூன்றும் சேர்ந்து விட்டால் அனில்குமாரும் அவன் நண்பர்களும் கஞ்சா அடிக்க ஆரம்பித்து விட்டார்களென்று அர்த்தம்.

கோழிக்கோட்டில் கஞ்சா தாராளமாகக் கிடைக்கும். இன்னும் சரியாகச் சொல்வதென்றால், ஒரு ரூபாய்க்கு மூன்று சிகரெட்டுகள் நிரப்பக்கூடிய அளவுக்கு. கார்ப்பரேஷன்–பஸ் ஸ்டாண்டின் வலதுபுறத்தில், ஓர் அழுக்கான குறுகிய சந்தில் அமைந்திருந்த ஒரு வெற்றிலை பாக்குக் கடையில், இரண்டு ரூபாய் கொடுத்து, அனில்குமார், ‘மாஷ், உண்டோ?’ என்று எழுவாய் இல்லாத மலையாளத்தில் கேட்டு வாங்கி வந்திருப்பான் என்ற விவரம் சுவடக்கிச்சாவுக்குத் தெரியும்.

பரீட்சைகள் அனில்குமாரையோ அவனது கஞ்சா நண்பர்களையோ எப்போதும் அதிகம் பாதித்ததில்லை. இது கடைசி செமஸ்டர் என்றாலும், பழைய செமஸ்டர் பேப்பர்களே அவர்களுக்கெல்லாம் நிறைய பாக்கி இருந்தன. எனவே சூப்பர் சீனியர்களாக, இன்னும் சில வருடங்கள் பரீட்சை சமயங்களில் இங்கு வருவது தவிர்க்கமுடியாதென்ற நிச்சயத்தால் அவர்கள் கவலையற்றிருந்தனர்.

இது மாதிரியான கஞ்சா ‘ஸெஷன்’களுக்கு (அவைகளை அப்படித்தான் அழைப்பார்கள்) கிச்சாவும் பலதடவை போயிருக்கிறான். ஆனால் அவற்றில் அவன் ஒரு பார்வையாளனாகத்தான் கலந்து கொள்வான். கிச்சா கஞ்சா

அடிக்கமாட்டான் என்பதைத் தங்களாகவே முடிவு செய்து கொண்ட அனிலும் அவன் நண்பர்களும் அவனுக்குக் கஞ்சா கொடுத்ததில்லை இதுவரை. கிச்சாவுக்கு சில சமயம் நாமும் இதை இரண்டு பஃப் அடித்துப் பார்த்தாலென்ன என்று தோன்றியிருக்கிறது. ஆனால் ஒவ்வொருவனாகப் புகைத்துவிட்டு நீளம் குறைந்து வரும் (கஞ்சாத் தூள் நிரப்பப்பட்ட) அந்த சிகரெட்டைப் பக்கத்திலிருப்பவனிடம் பாஸ் பண்ணும் சுற்றில், கிச்சா புறக்கணிக்கப்பட்டு விடுவான். கிச்சா கைநீட்டியிருந்தால். அவன் முறையும் ஒருவேளை வந்திருக்கும். ஆனால் அதற்குத் தேவையான துணிச்சல் அவனுக்கு இருந்ததில்லை.

அந்தக் கூட்டத்தில் இருந்தவர்கள் பாஸ் பண்ணியிருந்த ஒரு 'சில பேப்பர்களுக்கும் கிச்சாதான் காரணகர்த்தா. எனவே அவன் மீது அவர்களுக்கு ஒரு மரியாதை இருந்தது. அவர்களால் 'குரு' என்றுதான் கிச்சா அழைக்கப்பட்டான். பரீட்சைக்கு முந்தின நாள் முதல் அத்தியாயத்தில் சந்தேகம் கேட்டவர்களுக்கும் கிச்சா பொறுமையாய்ச் சொல்லிக் கொடுப்பான். பள்ளி நாட்களிலிருந்து வகித்து வந்த பதவியாதலால், கிச்சாவுக்கு இந்தக் 'குரு' பட்டம் மிகவும் பிடித்திருந்தது. எனவே 'குரு' வேஷத்தைக் கலைப்பதும் கடினமானதாக இருந்தது.

அனில்குமாரின் அறையில் அன்று நுழைந்தபோது இன்று எப்படியும் கஞ்சா அடித்துப் பார்த்துவிட வேண்டியதுதான் என்று தனக்குள் தீர்மானித்துக் கொண்டிருந்தான். 'என்ன பெரிய நாசமாய்ப் போகிற பரீட்சைகள்! இரண்டு பஃப் அடித்தால் ஒன்றும் ஆகிவிடாது. அம்மா இறந்த சோகத்திற்குக் கூட கஞ்சா அடிக்கவில்லையென்றால் அப்புறம் எப்போதுதான் அடிப்பது' என்று சமாதானம் சொல்லிக் கொண்டான்.

அந்த அறையின் மங்கலான வெளிச்சத்திலும் அனில், திலீப், சஞ்சீவன், ஷர்மா, ஸீஸாந்த், மாத்யூ எல்லோரும் பாதிக் கண் மூடிய நிலையிலிருந்தது தெரிந்தது. அனில், இடது உள்ளங்கையிலிருந்த காய்ந்த கஞ்சா இலையை, வலது உள்ளங்கையால் தேய்த்து ஊதிக் கொண்டிருந்தான். அநேகமாய் முழுக்கக் காலியாகியிருந்த, சிகரெட் ஒன்றைக் கட்டைவிரலுக்கும் ஆள்காட்டி

விரலுக்குமிடையே சுட்டுவிடாத மாதிரி சிரமப்பட்டு பிடித்துக்கொண்டு, ஷர்மா புகையை உள்ளிழுத்துக் கொண்டிருந்தான்.

கிச்சா உள்ளே நுழைந்ததைக் கவனித்த அனில், "க்யா குரு, படாயி ஸப் கதம் ஹோகயா க்யா?" (என்ன குரு, படிப்பெல்லாம் முடிந்துவிட்டதா?) என்றான். கிச்சா, "ஸப் கதம் ஹோகயா" (எல்லாம் முடிந்துவிட்டது) என்று ஒரு சோகக் கதாநாயகனைப் போல் முகத்தை வைத்துக் கொண்டு பதில் சொன்னான். அவன் முகத்தை அந்த வெளிச்சத்தில் யாரும் கவனிக்கவில்லை. இந்த ஐந்து வருடங்களில் கிச்சா மலையாளமும் ஹிந்தியும் சுமாராய்ப் பேசக் கற்றுக் கொண்டிருந்தான்.

இதுபோன்ற கஞ்சா 'ஸெஷன்'களில் பிரதானமாய் ஆங்கிலமும், மீதிக்கு ஹிந்தியும் மலையாளமும் புழங்கும். இந்த மூன்று மொழி சம்பாஷணை முதலில் கிச்சாவுக்கு விநோதமாகத் தோன்றிவந்தது. பிறகு, போகப்போகப் பழகிவிட்டது.

தரையிலும் நாற்காலிகளிலும் மேசையிலும் கட்டிலிலுமாக வெவ்வேறு திசைகளைப் பார்த்துக் கொண்டு அவர்கள் அமர்ந்திருந்தனர். அறையின் பிரதான விளக்கு அணைக்கப்பட்டு, மேசைமீதிருந்த மேசைவிளக்கு சிவப்பாய் ஒளிர்ந்துகொண்டிருந்தது. அந்த வெளிச்சத்தில் சுவரில் ஆங்காங்ககே அரைகுறை ஆடைகளுடனிருந்த பெண்கள் இன்னும் கவர்ச்சியாய்த் தோன்றினர். அனிலின் பிரம்மாண்டமான டூ-இன்-ஒன் வழக்கத்ததைவிடச் சற்றுக் குறைவான வால்யூமில் பாடிக் கொண்டிருந்தது. காகிதங்களும், பாடப் புத்தகங்களும், ஒரு 'ப்ளேபாய்' பத்திரிகையும், செருப்புகளும், பாண்ட் சட்டைகளும், காலுறைகளும் ஆங்காங்கே இறைந்து கிடைந்தன.

கிச்சா ஷர்மாவின் அருகில் தரையில் அமர்ந்து கொண்டான். தரை சில்லென்றிருந்தது. ஷர்மா பிரமாதமாய் ஆங்கிலத்தில் பேசுவான். யாரும் கேள்வியேபட்டிராத புத்தகங்களிலிருந்தெல்லாம் உதாரணங்கள் காட்டுவான். அவன் சொல்லும் புத்தகங்களில் பாதி கற்பனையான புத்தகங்கள் என்பதும், முதல் பக்கத்தையும் கடைசிப் பக்கத்தையும்

படித்துவிட்டுக் கூட அவனால் சில மணி நேரங்கள் அப்புத்தகம் பற்றிப் பேசமுடியுமென்பதும் கிச்சாவுக்குப் பின்னால்தான் தெரியவந்தது.

பிங்க்–ஃப்ளாய்டின் காஸெட் முடிந்திருந்தது. ஸ்ஸாந்த், "அனில், அந்த முகமது ரஃபியின் காஸெட்டை வை" என்றான். ஸ்ஸாந்த் நான்றாய்ப் பாடுவான். அந்தக் காலத்தில் ஷம்மி–கபூருக்காக ரஃபி பாடிய பாடல்கள் என்றால் உயிரைவிட்டு விடுவான். அவன் அப்படியே ரஃபி மாதிரி பாடுவதாக அவனது நண்பர்கள் ஒப்புக் கொண்டுவிட்டபடியால், அவன் பெயரே ரஃபியாகிவிட்டது.

"அபே ரஃபி, சும்மா இரு. வேண்டுமானால் நீ போய்த் தனியாய்ப் பாத்ரூமில் பாடிக் கேட்டுக்கொள். அனில் அந்த 'ரோலிங்–ஸ்டோன்ஸ்' காஸட்டைப் போடு" என்றான் திலீப். மேற்கத்திய இசை பற்றியும், இசைக் கலைஞர்கள் பற்றியும் திலீப்பிற்குத் தெரியாதது மிகவும் குறைவு எனலாம். இந்த ஆர்வத்தில் ஒரு பத்து சதவீதத்தை மட்டுமாவது அவன் மெக்கானிக்கல் இன்ஜினியரிங்கில் காட்டினால் போதும், அவன் 'ஹானர்ஸ்' வாங்கிவிடுவானென்பது அவனை அறிந்தவர்களிடையே நிலவிய பரவலான அபிப்பிராயம்.

சஞ்சீவன் திடீரென்று, "மக்களே ராஸலீலா கேட்கலாம்" என்றான். சஞ்சீவன் ஒரு தீவிர மார்க்ஸிஸ்ட் என்று அறியப்படுபவன். கிளாஸில் தினமும் கடைசிப் பெஞ்சில் உட்கார்ந்து கொண்டு ஏதாவது ஆங்கில சிவப்புப் பத்திரிகையை மலையாளத்திலோ அல்லது மலையாள சிவப்புப் பத்திரிகையை ஆங்கிலத்திலோ மொழிபெயர்த்துக் கொண்டிருப்பான். காலேஜில் எந்த மீட்டிங்கில் எந்தத் தலைப்பில் பேசச் சொன்னாலும், 'இம்பீரியலிஸ்ட், பூர்ஷ்வா, ஃப்யூடலிஸ்ட், முதலாளி தொழிலாளி' என்று ஆரம்பித்துவிடுவான்.

'சஞ்சீவன் ராஸலீலா கேட்கிறான். அவனுக்கு ஏறிவிட்டதென்று அர்த்தம்" என்றான் ஷர்மா. அதை யாரும் கண்டுகொள்ளவில்லை.

அனில், கஞ்சாத்தூளை புகையிலை அகற்றப் பட்டிருந்த சிகரெட்டினுள்ளே அடைத்து முடித்திருந்தான். அதன் நுனியைத் திருகி முறுக்கினான். பிறகு உதட்டில் அதைப் பொருத்திக் கொண்டு, 'ஷர்மா, அந்த சிகரெட் எங்கே?' என்றான் உதடுகளுக்கிடையில்.

"அவன் அதைச் சாப்பிட்டு விட்டான்" என்று சொல்லிவிட்டுக் 'கொல்'லென்று சிரித்தான் மாத்யூ. மாத்யூ தன்னை நாத்திகன் என்று சொல்லிக் கொள்வான். பைபிளாகட்டும், பகவத் கீதையாகட்டும், தெர்மோ டைனமிக்ஸாகட்டும், கஷ்டமாகவோ அவனுக்குப் புரியாததாகவோ இருந்துவிட்டால், உடனே 'புல்ஷிட்' என்பான். தாராளமாய்ச் சாப்பிடுவான். இருநூறு பவுண்ட் இருப்பான் கிட்டதட்ட. அவன் மெஸ்ஸில் நுழைந்துவிட்டால் ஒரு மெல்லிய கரகோஷம் எழும். அவன் கஞ்சா அடித்துவிட்டுச் சிரிக்க ஆரம்பித்தால், நிறுத்த வெகு நேரம் ஆகும்.

ஷர்மாவைச் சீண்டுவது ஸுஸாந்த் தவிர, அங்கிருந்த எல்லோருக்குமே பிடித்தமான விஷயம். ஸுஸாந்த்திற்கு, ஷர்மாவைக் காலை வாருமளவிற்கு ஆங்கிலம் வராது.

ஸுஸாந்த் அனிலின் படுக்கையினடியில் கையை விட்டு, ஒரு சிகரெட் லைட்டரை வெளியே எடுத்தான். அனிலின் வாயிலிருந்த சிகரெட்டைப் பற்ற வைத்தான். அது பவனி வர ஆரம்பித்தது.

ஷர்மா தன் முறை முடிந்து, சஞ்சீவனிடம் அதை நீட்டியபோது, கிச்சா சட்டென்று குறுக்கே கை நீட்டி, அதைப் பிடுங்காத குறையாய் வாங்கிக் கொண்டான்.

"அபே குரு," என்று கிச்சாவை ஆச்சரியமாய்ப் பார்த்த ஷர்மா, "நாளை பரீட்சை எழுதப் போவதில்லையா?" என்றான்.

"என்ன பெரிய பரீட்சை! இரண்டு பஃப் அடித்தால் ஒன்றும் ஆகிவிடாது. அவன்தான் எல்லாம் ஏற்கனவே படித்துவிட்டானே" என்றான் மாத்யூ.

"தட்ஸ் தி ஸ்பிரிட் குரு. இன்னும் பத்து நாளில் இந்தக் காலேஜை மறந்துவிட்டுப் போய்விடப் போகிறாய். அப்புறம் நீ விரும்பினாலும் கஞ்சா

அடிக்க முடியுமோ என்னமோ? மேலும் பரீட்சைக்கு முந்தின தினம் இரண்டு பஃப் அடித்துவிட்டுப் போவதுகூட நல்லதுதான். நான் 'ஹீட் எஞ்ஜின்ஸி'ல் பாஸ் பண்ணியதற்குக்கூட நீ சொல்லிக் கொடுத்ததும் இந்தக் கஞ்சாவும்தான் காரணம்..." என்று உணர்ச்சிவசப் பட்டவனாய் அனில் கிச்சாவின் முதுகில் தட்டிக் கொடுத்தான்.

"க்யா டயலாக் ஹை, யார்!" என்று பாராட்டினான் ஸ்ஸாந்த்.

இது எதையும் காதில் வாங்கிக் கொள்ளாமல், கிச்சா அந்தக் கஞ்சாத்தூள் நிரப்பப்பட்ட சிகரெட்டை வாயில் பொருத்திக் கொண்டு, அதன் புகையை ஆழ்ந்து உள்ளிழுத்தான். பழக்கமில்லாததால் இருமலும், கண், மூக்கு வழியாய் நீரும் வெடித்துக் கொண்டு வெளிவந்தன. தொண்டையிலிருந்து அந்தச் சூடான காரமான புகை உள்ளே செல்வதை அவனால் உணர முடிந்தது.

கிச்சாவுக்கு உலகம் பஞ்சு போர்த்திய மாதிரி மங்கலாய்த் தெரிந்தது. கண்ணிமைகள் மீது ஏதோவொரு சுமை அழுத்தியது. கண்களை ஆனால் மூடவும் முடியவில்லை. மூடினால் பயமாய் இருந்தது. இனிமேல் இந்த உடலுக்கு நான் பொறுப்பு இல்லை என்று சொல்லிவிட்டு மூளை விலகிக் கொண்டுவிட்டதுபோல் தோன்றியது. ஏதேதோ சத்தங்களும் வெளிச்சங்களும் வண்ணங்களும் குழப்பமான கலவையாய் அவனைத் தாக்கின.

"மனித இனத்தைக் கடவுள் நேசிப்பவராக இருந்தால், ஹிட்லரையும் நீரோவையும் இடி அமீனையும் எதற்காகப் படைத்தார்? பூகம்பத்தையும் பஞ்சத்தையும் வெள்ளத்தையும் ஏன் அனுதிக்கிறார்? என்று ஏதோ விட்டுப்போன பேச்சைத் தொடர்வது மாதிரி திடீரென்று கேட்டான் மாத்யூ.

"கடவுள் ஒரு பூர்ஷ்வா கற்பனை தொழிலாளிகளைச் சுரண்டுவதற்காக முதலாளிகள் ஏற்படுத்திய சாதனம்" என்றான் சஞ்சீவன் சிறிதும் காத்திராமல்.

இதுபோன்ற கஞ்சா ஷெஸன்களில் பரிணாமம், கடவுள், சாவு, செக்ஸ், சினிமா, இலக்கியம் இதுபோன்று பல ஆதாரவிஷயங்கள் அலசப்படும். இந்த விவாதங்களைக் கேட்க கிச்சாவுக்கு மிகவும் பிடிக்கும். இதற்காகத்தான் கிச்சா அவற்றில் பார்வையாளனாய் இதுநாள் வரை பங்கேற்றதும் என்றுகூடச் சொல்லலாம்.

ஆனால் இன்று கிச்சாவின் மூளையில் இவர்களின் பேச்சு எதுவும் சரியாய்ப் பதியவில்லை. அங்கொன்றும் இங்கொன்றுமாய் வார்த்தைகள் காதில் விழுந்தாலும், அவை புரிவது போலிருந்தாலும், ஏதோவொரு விதத்தில் தான் தனித்து விடப்பட்டது போல், தன்னைச் சுற்றி ஒரு தடுப்புச் சுவர் எழுப்பப்பட்டுவிட்டதுபோல் உணர்ந்தான். ஆனால், மூளையின் ஏதோவொரு பகுதி மட்டும் வழக்கத்தைவிடவும் சுறுசுறுப்பாய் இயங்க ஆரம்பித்துவிட்டது போல் அவனுக்குத் தோன்றியது.

“மாத்யூ, இதெல்லாம் உனக்குப்புரியாது, அன்பின், கருணையின் வடிவான கடவுள், ஒரு எளிமைப் படுத்தப்பட்ட கருத்து. உனக்குக் கர்மா பற்றியும் ‘தி காளி ப்ரின்ஸிப்பிள் இன் ஹிண்டுயிஸம்’ பற்றியும் மற்றொரு நாள் சாவகாசமாய்ச் சொல்கிறேன். நீ ‘ப்ரேவ் ந்யூ வோர்ல்ட்’ படித்திருக்கிறாயா?” என்றான் ஷர்மா.

“நீ எழுதியதுதானே?” அனில் அப்பாவி மாதிரி முகத்தை வைத்துக்கொண்டு கேட்டான். ஒரு சிகரெட் தீர்ந்ததும் அடுத்ததற்கு ஏற்பாடு செய்வது, ‘ஹோஸ்ட்’ என்ற முறையில், அனிலின் வேலையென்பதால், அவன் பொதுவாய் இத்தகைய விவாதங்களில் சீரியஸாகப் பங்கு கொள்ளமாட்டான். இருந்தாலும், இதுபோன்ற சந்தர்ப்பங்களை நழுவ விடமாட்டான்.

கேலியைப் பொருட்படுத்தாமல் ஷர்மா தொடர்ந்தான், “கடவுள் ஒவ்வொரு யுகத்திலும் ஒவ்வொரு மனிதனுக்கும் ஏற்றபடி, ஒவ்வொரு உருவத்தில் தோன்றுகிறார். கலி யுகத்தில் அவர் ‘இல்லாமை’ (absence) யாய் அவதரித்திருக்கிறார் என்கிறான் ஹக்ஸ்லி.“

“ஷர்மா, நீ என்ன சொல்கிறாய், அதைச் சொல், நாங்களெல்லாம் கேட்க மிகவும் ஆவலாயிருக்கிறோம். இல்லையா நண்பர்களே? என்றான் அனில்.

“புல்ஷிட்! கடவுள் இல்லாமையாய் அவதரித்திருக்கிறார் என்பதற்கும், ‘கடவுள் இல்லை’ என்பதற்கும் எந்த வித்தியாசமும் கிடையாது. ஒரு ‘ப்யூர்லி ராண்டம்’ (purely random) உலகை மனிதனால் ஏற்றுக் கொள்ள முடியவில்லை. அவனுக்கு எல்லாவற்றுக்கும் ஒரு விளக்கம், ஒரு காரணம், ஓர் ஆரம்பம், ஓர் ஒழுங்கு, ஒரு முடிவு தேவையாயிருக்கிறது. தன்னால் விளக்க முடியாத, புரிந்து கொள்ள முடியாத எல்லாவற்றுக்கும் அவரைக் காரணமாக்கி விட்டான். அவரைப் பற்றித் தெரிந்து கொள்வதோ, விஞ்ஞான ரீதியாய்ப் புரிந்து கொள்வதோவேறு நடக்காத காரியம் என்று ஆக்கி வைத்து விட்டதால் கவலையே இல்லை. மண்டையை உடைக்கும் எல்லாக் கேள்விகளுக்கும் கடவுள் ஓர் ‘ஓவர்–ஸிம்ப்ளிஃபைட்’ விடை” என்று சொல்லிவிட்டுச் சிரித்தான் மாத்யூ.

‘புலன்களால் நம்மால் உணர்வதற்கு அப்பால் வேறு உலகம் கிடையாது’ என்று தீர்மானமாய் நம்பும் உன்னைப் போன்ற ஆசாமிகளிடம் பேசிப் பயனில்லை, ரேஷனலிஸமும், விஞ்ஞானத்தின் வழியும்கூட வெறும் நம்பிக்கைகள்தான் என்பது உனக்குப் புரிய நாளாகும். மைக்ராஸ் கோப்பினடியில் வைத்துக் கடவுளை ஏன் பார்க்க முடியவில்லையென்று கேட்கும் உனது கற்பனை வறட்சியை நினைத்து நான் பரிதாபப்படுகிறேன்“– ஷர்மா, நாடகத்தனமாய்ச் சிறிது நேரம் இடைவெளி விட்டு விட்டுத் தொடர்ந்தான்.

“உன்னால் பார்க்க முடியாமல் அல்ட்ரா–வயலெட் ஒளியும், கேட்க முடியாமல் அல்ட்ரா–ஸானிக் ஒலியும் இருக்கின்றன என்று விஞ்ஞானப் புத்தகம் சொல்வதை மட்டும் உன்னால் ஏற்றுக்கொள்ள முடிகிறது. ஆனால் இவைகளின் குணாதிசயத்தைக்கூட உன்னால் கடவுளுக்கு அளிக்க முடியவில்லை” என்றான் புகையை வட்டமாய் வெளிவிட்டுக்கொண்டே.

கிச்சாவுக்குத் தூரத்திலிருந்து ஏதோ பாட்டுக்கேட்பது போலிருந்தது. தலையை அசைக்காமல் அதைக் கேட்க முயன்றான். பூமியின் சுழற்சியிலோ

பாட்டின் ஓட்டத்திலோ ஏதோ வேகம் குறைந்துவிட்டாற் போல் அவனுக்குத் தோன்றியது.

இது யார் முற்றிலும் இனிமையே இல்லாமல் பாடுவது? இது என்ன மொழி? ஏன் எனக்கு ஒன்றுமே புரியவில்லை? புரிவது என்றால் என்ன? ஓ! ‘ஒளிமயமான எதிர்காலம்....’ பாட்டு மாதிரியல்லவா கேட்கிறது? அனிலிடம் இந்தக் காஸெட் எப்படி வந்தது?

அம்மாவுக்கு மிகவும் பிடித்த பாட்டு, ஒளிமயமான எதிர்காலத்தைப் பார்க்காமலே அம்மா போய்விட்டது ஆனாலும் அநியாயம். ஒளிமயமான எதிர்காலத்தை எவ்வளவு பேரால் வாழ்க்கையில் பார்க்க முடிகிறது? இதோ நான் பார்க்கிறேன். சிவப்பு ஒளி, எதிர்காலம் இரண்டும் இதோ என்னெதிரேதான் இருக்கின்றன. ஒளிமயமான எதிர்காலம் என்ன வண்ணத்தில் இருக்குமென்று யாரும் ஏன் சொல்லவில்லை? சிவப்பாக இருக்க முடியாது. வெண்மை ஒளிதான் அனைத்து இதர வண்ணங்களையும் தன்னுள் கொண்டது. எனவே ஒளிமயமான எதிர்காலம் வெண்மையாய்த்தான் இருக்கவேண்டும். இந்தப் பாட்டைப் பிடித்துக்கொண்டு அப்படியே அந்தக் காலத்திற்குப் போய்விட முடியுமா? இந்தச் சிவப்பு ஒளி எங்கிருந்து வருகிறது?

இது யார்? கஞ்சா அடித்துக் கெட்டுப் போய்விட்ட இவன் யார்? இந்தக் கேள்வியைக் கேட்பது யார்? இவனுக்கு நான் எதற்குப் பதில் சொல்லவேண்டும்? இவன் கிச்சா தவிர வேறொருவனா? அல்லது இதுதான் கடவுளா? கட்டிவைத்து உதைக்க வேண்டும் அந்தக் கடவுளை. அம்மாவைப் பிழைக்க வைத்துவிடும்படி எவ்வளவு பரிதாபமாய் வேண்டிக் கொண்டேன் அவரிடம்! எதற்கு இந்தப் பரீட்சைகளும் டிகிரியும்? அம்மாவே போனபிறகு இதெல்லாம் எதற்கு? வேலை கிடைத்து நான் ஆயிரம் ஆயிரமாய்ச் சம்பாதித்து என்ன பயன்? எத்தனை கோடி செலவழித்தாலும் அம்மா திரும்பி வரப் போவதில்லை. கடைசியில் நானும் கல்யாணம் செய்து கொண்டு, குழந்தைகள் பெற்று, காஸ்ட்ரோ–என்டெரிடிஸ் வந்து செத்துப்போய்...

“தினமும் வேளைக்குப் பதினேழு ரொட்டி சாப்பிடுவதற்கு உன் அப்பா தாராளமாய்ப் பணம் அனுப்பும்வரை, உடம்பு மலையாய் இருக்கும்வரை, மாத்யூ உனக்குக் கடவுள் தேவையில்லைதான். ஐம்பது வயதில், ஸ்ட்ரோக் வந்துபடுத்து இன்றோ நாளையோ என்று கவனிக்க ஆளின்றிக் கிடந்தால் அப்போது தெரியவரும் உனக்குக் கடவுள் பற்றியும் மதம் பற்றியும்” என்று ஹிந்தியில் கோபத்துடன் கத்தினான் ஸ்ஸாந்த்.

“இது மாதிரிப் பயமுறுத்திப் பயமுறுத்தித்தானே மதகுருமார்கள் யுகம் யுகமாய் ஏமாற்றி வந்திருக்கிறார்கள். நாளை பற்றிப் பயம். தோல்வி பற்றிப் பயம் சாவு பற்றியும் அடுத்த ஜென்மம் பற்றியும் பயம். வேறுபாடுகளற்ற சமத்துவ சமுதாயத்தில் இதெல்லாம் என்றுமே நிகழாது...” என்று சஞ்சீவன் கண்களை முடிக்கொண்டே ஆரம்பிக்க,

“நான் வேறு, தெய்வம் வேறு எனும் போதுதானே இந்தப் பயமே வருகிறது. சுத்த அத்வைதிக்கு இந்தப் பயமெல்லாம் கிடையாது....” என்று ஷர்மா தொடர, மாத்யூ இருவரது வாயையும் பொத்தி, “சஞ்சீவா சற்று நேரம் ராஸலீலா பாட்டுக்கேள், ஷர்மா இந்தா இன்னொரு பஃப் அடி” என்று இடைமறித்தான். சஞ்சீவன் அவன் கைகளை எடுத்து உதறிவிட்டு” “நாயிண்ட மக்களே...” என்று மலையாளத்தில் பொதுவாய்த் திட்ட ஆரம்பித்தான்.

அம்மா எதற்கு ஜென்மம் எடுத்தார்? என்னை மாதிரி ஐந்து எட்டு பவுண்ட் குழந்தைகளை வலிக்க வலிக்கப் பெறுவதற்காகவா? ஒளிமயமான எதிர்காலத்தைப் பாட்டில் கேட்டதோடு மகிழ்ச்சி அடையவா? உயிருடன் இருந்தவரை அருமை தெரியாத குழந்தைகளுடன் போராடுவதற்காகவா? குழந்தைகளுக்கும் கணவனுக்கும் மாமனார் மாமியாருக்கும் நாத்தனார்களுக்கும் டன்டன்னாய் ஆயள்பூராவும் சமைத்துப் போடுவதற்காகவா? இதற்கெல்லாம் மகத்தான பரிசு என்ன கடைசியில்? நாற்பத்தி–ஏழு வயதில் அநியாயமாய்ச் சாவா?

கிச்சாவின் முன்பு ஏதோ சிவப்பாக நீட்டப்பட்டது. “அவனுக்குப் போதும் தராதே” என்றான் ஸ்ஸாந்த். யாரோ அவன் வாயில் சிகரெட்டைப்

பொருத்தினார்கள். அதை முழு மூச்சுடன் இழுத்துவிட்டுப் பெரும் சத்தத்துடன் இருமத் தொடங்கினான்.

அவனது நினைவில் ஏதேதோ நட்சத்திரங்கள் சிதறின. மூளைக்குள் யாரோ பட்டாசு வெடித்தார்கள். சண்டை போட்டார்கள்.

என்னால் அந்த 'தி ஹைஸ்கூல்' போன கிச்சாவாய் மறுபடியும் மாறிவிட முடியுமா? அவனுக்கும் எனக்கும் என்ன சம்பந்தம்? அவனுக்கும் எனக்கும் முகச் சாயல் ஒரே மாதிரி என்பது தவிர, அவனைப் பற்றிய பல நினைவுகள் என்னிடம் இன்று இல்லை. அழிந்துவிட்டன. எஸ்.எஸ்.எல்.சி பரீட்சைக்காக உயிரைவிட்ட, சியாமளா பற்றித் திருட்டுத்தனமாய்க் கனவுகள் கண்டு சந்தோஷித்த அந்தக் கிச்சாவையும் என்னையும் எது இணைத்து வைத்திருக்கிறது? சுற்றப்பட்ட நூல் கண்டு ஒன்று பிரிந்து வருவது மாதிரி, ஏதோ இழையொன்று என்னோடு தொடர்ந்து வந்திருக்கவேண்டும். அந்த நூல்கண்டைக் கண்டுபிடித்து அதைத் திரும்பவும் சுற்ற முடிந்தால் போதும். 1974க்குப் போய்விடலாம். அம்மாவைக் கேசரி பண்ணித் தரச் சொல்லலாம். ஆனால் அதைச் சுற்றுவது எப்படி?

அது மாதிரி ஒரு கிச்சா இருக்கவே இல்லையோ? இந்தக் கஞ்சாவால் வந்ததாக இருக்கும். அது உண்மையென்றால், அம்மா இறந்ததற்கு வருத்தப்படும் நான், எனக்கு இன்னும் நெருக்கமான அந்தக் கிச்சா இறந்ததற்கு இன்னும் அதிகமாய் அல்லவா துக்கப்பட வேண்டும்? அந்தக் கிச்சா என்ன ஆனான்? என்றைக்கு இறந்தான்? அல்லது நழுவிக் காணாமல் போனான்? எனது இப்போதைய வருத்தம் அம்மாவின் சாவுக்கா? அல்லது எனது சாவுக்கா? எனது எந்தச் சாவு? வந்ததா? வரப்போவதா? அவனுக்குத் திவசம் பண்ண வேண்டாமா? எனக்கு நானே திவசம் பண்ணலாமா?

"எப்போது கடவுளுக்குக் குணாதிசயங்கள் தர முற்படுகிறீர்களோ, அப்போதே கடவுளைக் கொன்றுவிடுகிறீர்கள். அல்லது மனிதனாக்கி விடுகிறீர்கள். எனக்கென்னவோ எந்தப் பௌதிக வரையறைகளுக்கும், மனிதனின் கற்பனைகளின் எல்லைகளுக்கும் கட்டுப்படாத கடவுள்

'கான்ஸெப்ட்' தான் பிடித்திருக்கிறது. உங்களுக்கெல்லாம் 'அப்ஸ்ட்ராக்ட்'டான எதையும் ரசிக்கவே தெரியாதா? என்றான் திலீப்.

"ஷர்மா, நீ திலீப்பிற்கு எப்போது அத்வைதம் சொல்லித்தர ஆரம்பித்தாய்?" என்றான் அனில் கேலியாக. ஷர்மாவுக்குத் தான் ஆதி காலத்தில், ஆதி சங்கரராக இருந்திருக்கலாமென்ற சந்தேகம் உண்டு. 'அத்வைதா-எ ந்யூ அன்ட் ராடிகல் அப்ரோச்' என்று தான் ஒரு புத்தகம் எழுதப் போவதாக அவன் எல்லாரிடமும் சொல்லிக் கொண்டிருப்பான்.

"அப்ஸ்ட்ராக்ட் கடவுளா? புல்ஷிட்! உன்னிடம் இந்தப் புரியாத காட்டுக் கத்தலைக் கேட்காதே என்று எத்தனை முறை சொல்லியிருக்கிறேன். இப்போது காது செவிடானது தவிர, மூளைவேறு பாதிக்கப்பட்டுவிட்டது பார்" என்று திலீப்பிடம் சொல்லிவிட்டு மாத்யூ மீண்டும் சிரித்தான்.

அந்தக் கிச்சா மாறிவிட்டான். அல்லது இறந்துவிட்டான். இவனும் மாறிவிடுவான். ஆனால் அம்மா இறந்தது மாறாது. ஆம், சாவு ஒன்றுதான் நிரந்தரமானது. அதுவும் பிறரின் சாவு. நிரந்தரம் என்பது 'நான்' இறக்கும் வரை என்பது தவிர வேறென்ன? நானிறந்த பிறகு பூமி சுழன்றாலென்ன? பிரளயம் வந்தாலென்ன? நான் உயிருடன் இருக்கும் வரை என்னால் நிச்சயமாய்த் தீர்மானமாய்ச் சொல்லக் கூடிய ஒன்று இதுதான். என் அம்மா ஸ்தூலமாய் இனிமேல் திரும்ப வரப்போவதில்லை. ஆம், என்றென்றைக்கும்.

இதை எந்தக் கடவுளாலும் சமயத்தாலும் புத்தகத்தாலும் விவாதங்களாலும்நண்பர்களாலும்உறவினர்களாலும்சமாதானங்களாலும் மாற்றிவிட முடியாது. இந்த இழப்பிலிருந்து யாராலும் எதுவாலும் என்னை மீட்க முடியாது.

கிச்சாவின் உடல் நடுங்கியது. சாவின் பயங்கரத்தை எதிர்கொள்வதைத் தவிர்ப்பதற்காய் அவனுள் உருவாகியிருந்த பாதுகாப்புக் கவசங்கள் கிழிந்து, சாவின் விசுவரூபம் சிலீரென்ற உண்மையாய் அவனைத் தாக்கியது.

கிச்சா அழ ஆரம்பித்தான். உரக்க சத்தம் போட்டு, குழந்தை மாதிரி முகம் கோண, அம்மா இறந்தபோது அடக்கி வைத்திருந்த கண்ணீர்,

சோகமெல்லாம் பீறிட, வெட்கமின்றி, பிறர் பார்க்கும் எண்ணம் சிறிதுமின்றிக் கேவத் தொடங்கினான்.

முதலில் இதைக் கவனித்தவன் ஸுஸாந்த்தான். "அபே குரு", என்று கிச்சாவின் தோளைப் பிடித்து இலேசாய் உலுக்கினான்.

"ஸாலா, உங்களுக்கெல்லாம் மூளை எங்கே போயிற்று? இவனுக்கு அதிகமாய்க் கொடுக்காதீர்கள் என்று அப்போதே சொன்னேன். அதுவும் இன்றைக்கு இந்த ஸ்டஃப் வேறு வழக்கத்தை விடவும் காட்டமாக இருக்கிறது" என்றான் இலேசாய் பயந்தவனாய்.

"பரவாயில்லை. அவன் அழட்டும். விட்டு விடு. சிறிது நேரத்தில் சரியாகிவிடும். அவனுக்கு இந்த அழுகை தேவைதான்" என்றான் அனில்.

அப்போதுதான் கிச்சாவின் அழுகைக்குக் காரணம் நினைவு வந்தவர்களாக, அவர்கள் மௌனமானார்கள். எல்லோரையும் ஒரு குற்றவுணர்வு ஆட்கொண்டது. பாட்டு நின்றும் சிறிது நேரம் ஆகியிருநத படியால், கிச்சாவின் விசும்பல் சத்தம் மட்டும் அந்த அறையில் தெளிவாய்க் கேட்டது.

திலீப்பும் அனிலும் அவன் தோள் மீது இருபுறமும் மெதுவாகத் தட்டிக் கொடுத்துக் கொண்டிருந்தார்கள். கிச்சாவின் உடல் குலுங்கலும் விசும்பலும் மெதுவாய்க் குறைய ஆரம்பித்தன. அவனுக்குத் தனது தலையை யாரோ இரண்டு பாறைகளுக்கிடையே வைத்து நசுக்குவது போலிருந்தது. அவனது நினைவுகள் ஒழுங்கில்லாமல் தாறுமாறாய்ப் போக ஆரம்பித்தன. சிறிது சிறிதாய் மங்கி வந்த அவனது சுயநினைவு பிறகு முழுதுமாய்த் தப்பியது. மயங்கி அனில் மீது சாய்ந்தான்.

அடுத்த நாள் 'மெஷின் டிஸைன்' பரீட்சை ஆரம்பித்தபோது, அந்த அறையில் கிச்சா உட்பட, பரீட்சை எழுத வேண்டிய ஏழு மாணவர்கள் தன் நினைவின்றி வெவ்வேறு நிலைகளில் மயங்கிக் கிடந்தனர்.

கோழிக்கோடு, காளிகட், கள்ளிக்கோட்டை என்று மூன்று பெயர்களால் முறையே மலையாளம், ஆங்கிலம், தமிழில் அழைக்கப்பட்ட அந்த நகரத்தின் இரயில்வே ஸ்டேஷனின் பிளாட்பாரத்து பெஞ்சு ஒன்றில் குழப்பமாய் உட்கார்ந்திருந்தான் கிச்சா, அவனருகில் ஒரு சிறிய சூட்கேஸ் இருந்தது. மோடம் போட்ட மாதிரி ஒரு சோகம் அவனை வதைத்துக் கொண்டிருந்தது.

தான் கிளம்பியதை நல்லவேளை நிறையப்பேர் பார்க்கவில்லையென்று நினைத்துக் கொண்டான். அந்தக் காலேஜ் பஸ்ஸின் கண்டக்டர் கோயா மாத்திரம் சற்று ஆச்சரியமாய்ப் பார்த்தானோ என்று இப்போது நினைவுபடுத்திப் பார்க்கையில் சந்தேகம் எழுந்தது.

காலேஜ் பஸ்ஸில் அன்று கூட்டம் இருக்கவில்லை. பரீட்சை சமயங்களில் எப்போதுமே இப்படித்தான். சாதாரண நாட்களில் ஃபுட்போர்டில்கூட இடமிருக்காது. தினசரி மாலை வேலைகளில் காலேஜிலிருந்து கோழிக்கோட்டிற்கு விடப்படும் பஸ் அது. அவர்களது கல்லூரி கோழிக்கோட்டிலிருந்து 22 கி.மீ. தள்ளி இருந்தது. எங்கு எப்போது நிற்குமென்று சொல்லமுடியாத கேரளா ஸ்டேட் டிரான்ஸ்போர்ட் பஸ்களைவிட, மாணவர்கள் முடிந்தவரை இதைத்தான் உபயோகிப்பார்கள்.

இந்த ஐந்து வருடங்களில் இதில் சென்றபோதெல்லாம் பார்த்துப் புன்னகை செய்தது தவிர, கிச்சாவுக்குக் கோயாயுடன் பெரிதான பரிச்சயம் எதுவும் கிடையாது. ஆனால், அன்று பஸ்ஸில் ஆட்கள் மிகவும் குறைவாய் இருந்ததால், கண்டக்டரிடமிருந்து கிச்சாவால் தப்ப முடியவில்லை.

“எந்தா, பரீட்ஷகளொக்கக் கழிஞ்ஞோ?“

“இல்லா()“, பேச்சை வளர்த்த கிச்சாவுக்கு விருப்பமில்லை. ஆனால் கோயா விடுவதாக இல்லை.

“அவஸானத்து (கடைசி) செமஸ்டரல்லே?“

“அதே” தான் கடைசி செமஸ்டரென்பது இவனுக்கு எப்படித் தெரிந்ததென்று கிச்சா வியந்தான். ஒரு குருட்டு யூகமாயிருந்திருக்கலாமென்று இப்போது தனக்குப் பதில் சொல்லிக் கொண்டான்.

“இதுவர எங்ஙனயாயிருந்நு?”

“ஓ, குழப்பமில்ல. பாஸாகும்.” எவ்வளவு எளிதாகப் பொய்சொல்ல முடிந்தது!

“ஜோலிக்கு இனி எவ்விடயா ஸ்ரமிக்கணும்?”

“ஒன்னும் தீர்மானிச் சிட்டில்லா...”

“மதராஸில் தன்னே தாராளம் ஜோலி உண்டல்லோ?” தான் தமிழனென்பது வேறு தெரியுமென்று கண்டக்டர் காட்டிக் கொண்டான். நமது மலையாளம் காட்டிக் கொடுத்திருக்கலாமென்று இப்போது கிச்சாவுக்குத் தோன்றியது.

“ஓ, இஷ்டம்போலயுண்டு. கிட்டுன்னதாணு புத்திமுட்டு (கிடைப்பதுதான் கஷ்டம்)”.

இவனது அசுவாரசியத்தை ஒரு வழியாய் அங்கீகரித்தவனாய், கோயா பஸ்ஸின் முன்புறம் அமர்ந்திருந்த ஆபிஸ் சிப்பந்தி ஒருவரிடம், அடுத்த நாள் நடக்கவிருந்த ‘ஹர்த்தால்’ பற்றிப் பேசச் சென்றுவிட்டான். கிச்சாவுக்கு ‘அப்பாடா’ என்றிருந்தது.

பிளாட்பாரத்திலும் அன்று அதிசயமாய்க் கூட்டம் அதிகம் இருக்கவில்லை. இனிமேல்தான் வருமோ என்று நினைத்துக் கொண்டான். மங்களூர் மெயில் சரியான நேரத்திற்கு வருவதென்றாலும் அதற்கு இன்னமும் முக்கால் மணி நேரமிருந்தது. முந்தினநாள் வந்து மரியாதையாய் ரிஸர்வ் பண்ணியிருக்கலாமென்று தோன்றியது. திருச்சி கம்பார்ட்மெண்ட்டில் இடம் கிடைக்கவில்லையென்றால் தொலைந்தது என்று நினைத்துக் கொண்டான். ஈரோடு வரும்வரை நரகம்தான்.

அவன் பெஞ்ச்சில் சற்றுத் தள்ளி ஒட்டிய கன்னமும், நரைத்த நீண்ட தாடியும், ஒல்லி மீசையும், பீடியும் லுங்கியுமாய் ஒரு கிழவர் ‘கேரள ஸப்தம்’ படித்துக்கொண்டிருந்தார். திருச்சியில் வெட்டிக்கடை எதிலோ முன்பு அவரைப் பார்த்த மாதிரி கிச்சாவுக்குத் தோன்றியது. அவர் அருகில்

இரண்டு பிரம்மாண்டமான பெட்டிகள் இருந்தன. இவர் யாருக்காக, என்னவெல்லாம் வாங்கிச் சென்று கொண்டிருப்பார் என்று கிச்சா சில கணங்கள் யோசித்தான்.

அம்மா இல்லாததால் சிப்ஸோ, அல்வாவோ வாங்கிச் செல்வதில் கூட விருப்பமின்றி ஆகிவிட்டது அவனுக்கு. திருச்சிக்கு டிக்கெட் வாங்கிவிட்ட போதிலும் தான் என்ன செய்யப் போகிறோமென்பது பற்றிய நிச்சயமேதும் அவனுக்கு இருக்கவில்லை. அன்று காலைதான் அப்பாவிடமிருந்து வந்திருந்த கடிதத்தை எடுத்து மீண்டுமொரு முறை படிக்க ஆரம்பித்தான்.

'சிவி கிருஷ்ணமூர்த்திக்கு.'

'அநேக ஆசீர்வாதம், க்ஷேமம், க்ஷேமத்திற்கெழுதவும். இங்கு யாவரும் சௌக்கியம். இப்பவும் உனது பரீட்சையெல்லாம் நல்லபடியாய் நடந்து முடிந்திருக்குமென்று நினைக்கிறேன். முடிந்ததும் உடனே புறப்பட்டு இங்கு வந்து சேரவும். உங்கள் காலேஜிலேயே 'இன்டர்வ்யூ' ஏதோ அட்டெண்ட் பண்ணியதாய் நீ சொன்ன ஞாபகம். அது பற்றித் தகவலேதும் உண்டா? மணி டெல்லி போய்ச் சேர்ந்ததிலிருந்து தகவல் எதுவும் கிடையாது. கணேசன் ஒழுங்காய் ஆபீஸ் போய் வருகிறான். சீனுவின் காலேஜில் ஏதோ ஸ்ட்ரைக்காம். தற்சமயம் இங்குதான் சும்மா இருக்கிறான். லக்ஷ்மியும் மாப்பிள்ளையும் குழந்தையும் மதுரையில் சௌக்யம். உன் அம்மாவுக்கு நேற்று மாசியம் நடந்தது. வேறு விசேஷமில்லை. உடம்பைப் பார்த்துக் கொள்ளவும், வேணும் அநேக ஆசிர்வாதம்.'

போஸ்ட் கார்டில் நடுங்க ஆரம்பித்துவிட்ட கையெழுத்தில், சிக்கனமான வார்த்தைகளுடன் 'டிபிகல்' அப்பாவின் லெட்டர். 'உன் அம்மாவுக்கு நேற்று மாசியம் நடந்தது'. ஏதோ 'வேலைக்காரி இன்று வரவில்லை' என்பது மாதிரி. அவனுக்கு அழுகை வந்துவிடும் போலிருந்தது. சுதாரித்துக் கொண்டான்.

அம்மா இல்லாத அந்த வீட்டிற்குத் திரும்பிப் போவதற்குக் கிச்சாவுக்குச் சிறிதும் விருப்பமில்லை. வீட்டின் ஒவ்வொரு மூலையும், பொருளும் அது சம்பந்தமான அம்மாவின் நினைவைக் கிளப்பி வதைக்கும். அப்பா பாவம்,

சமையல்கார மாமி மோசமாய் சமைத்து வைத்துவிட்டுப் போவதை எடுத்துப் போட்டுச் சாப்பிட்டுக் கொண்டு எப்படித்தான் காலம் தள்ளப்போகிறாரோ? அம்மா இருந்தவரை யாரையும் (சில சமயங்களில் லக்ஷ்மியைத் தவிர்த்து) சமையலறைப் பக்கம் அனுமதித்ததே கிடையாது. அந்த இருட்டுக் குகை அவரது சாம்ராஜ்யம். நரகம்.

லட்சுமி இன்னும் கொஞ்ச நாட்கள் இருந்துவிட்டுப் போயிருக்கலாமென்று கிச்சாவுக்குத் தோன்றியது. ஆனால் அவள் மாமியாருக்கு உடம்பு சரியில்லாமல் போய்விட்டது. கணேசனுக்குக் கல்யாணமானால் அந்த வீட்டின் சூன்யம் ஓரளவாவது குறையலாம். ஆனால் அது இப்போதைக்கு நடக்கப்போகிறதாய்க் கிச்சாவுக்குத் தோன்றவில்லை.

அம்மா இறந்ததிலிருந்து கணேசன் வழக்கத்தைவிடவும் தாமதாமாக வீட்டுக்கு வரத் தொடங்கிவிட்டதை அந்தச் சில நாட்களிலேயே கிச்சா கவனித்திருந்தான். காலையில்கூட வெகுசீக்கிரமே புறப்பட்டுவிடுகிறான். அவன் இரவில்கூடச் சரியாகத் தூங்குவது கிடையாது.

சீனு இந்தச் சூழ்நிலையில் சாதாரணமாய் எப்படிக் காலேஜ் போய்விடுகிறான்? சீனு தன் வயதுக்கும் மீறி முதிர்ச்சி அடைந்துவிட்டாற்போல் கிச்சாவுக்குத் தோன்றியது. ஒரு பற்றற்ற ஞானி மாதிரி ஆகிவிட்டான். அல்லது அம்மா இறந்த அதிர்ச்சி அவனை இன்னும் முழுதுமாய்ப் பாதிக்க ஆரம்பிக்கவில்லையோ?

மணிக்கும் தன்னைப்போல், அந்த வீட்டில் இருப்புக் கொள்ளவில்லையென்பது இவனுக்குத் தெரியும். சடங்குகள் முடிந்து மறுநாளே டில்லிக்குப் புறப்பட்டுவிட்டான். லீவு இல்லையென்று சொல்லிக்கொண்டான்.

அப்பாகூட நிறைய மாறிவிட்டார் என்பது கிச்சாவுக்கு நினைவு வந்தது. எங்கேயோ பார்த்துக் கொண்டு, ஈஸி சேரில் அமைதியாய் அமர்ந்திருக்கும் அப்பாவைக் கிச்சா அம்மா உயிருடன் இருந்தவரை பார்த்ததில்லை. அதுமாதிரி சமயங்களில் அப்பாவைக் காணவே அவனுக்குப் பயமாய்

இருக்கும். மென்மையான உணர்ச்சிகளை எளிதில் வெளிக்காட்டாத, எதற்கும் கலங்காத 'கோபக்கார' அப்பாவை அதுபோல் பார்க்கையில் அவரிடம் போய் ஆறுதல் சொல்லலாமா என்று தோன்றும். ஆனால், இது நாள் வரை அப்பாவிடம் நெருக்கமாய் உணர்ந்திராததால் அதற்கேற்ற தைரியம் வராது அவனுக்கு.

எவ்வளவு விஷயங்கள் அம்மாவை நம்பி இத்தனை வருடங்களாய் இயங்கி வந்திருக்கின்றன! அம்மா போனதோடு, அவர்கள் அனைவரையும் இணைத்த ஒரு சரடு அறுந்துவிட்டதுபோல் அவனுக்குத் தோன்றியது. அம்மா உயிருடன் இருந்தவரை யாருமே இந்தச் சரடின் முக்கியத்துவத்தை உணர்ந்திருக்கவில்லை என்பதுதான் இதில் மகத்தான சோகமாய் அவனுக்குப்பட்டது.

அப்பாவிடம் கடைசி செமஸ்டர் பரீட்சைகள் எதுவும் எழுதவில்லையென்று எப்படிச் சொல்வதென்று கிச்சாவுக்குப் பெரும் உறுத்தலாக இருந்தது. கஞ்சா அடித்து நினைவின்றிக் கிடந்ததால் எழுத முடியவில்லையென்று சொன்னால், சொல்ல முடிந்தால், அப்பாவின் 'ரியாக்ஷன்' என்னவாக இருக்குமென்று கற்பனை செய்து பார்த்தான். முடியவில்லை. பழைய அப்பாவாக இருந்தால் நாலு அறை வைத்து, ஒரு நாள் பூராவும் திட்டியிருப்பார். ஆனால் இந்தத் தளர்ந்த அப்பாவை அதுபோல் கிச்சாவால் நினைத்துப்பார்க்க முடியவில்லை.

'சரியாய் எழுதவில்லை, பாஸ் பண்ணுவது சந்தேகம்' என்று கஞ்சா அடித்த மறுநாளே எழுதிப் போட்டுவிடலாமா என்றுதான் முதலில் நினைத்தான். ஆனால், இத்தனை செமஸ்டர்களாய் முதல் சில 'ராங்க்'குகளில் ஒருவனாக இருந்து வந்தவன் திடீரென்று 'பாஸ் பண்ணுவதே சந்தேகம்' நிலைக்குப் போய்விட முடியாது. மேலும் கேள்விகள் வரும். விளக்கங்கள் தரவேண்டும்.

'கேள்வித்தாள் மாதிரியை மாற்றிவிட்டார்கள்' என்று வேண்டுமானால் சொல்லலாம். ஆனால் அதுவும் உப்புசப்பில்லாத சாக்காகத் தோன்றியது. 'அம்மா இறந்ததிலிருந்து மனதே சரியில்லை. எனவே படிக்க முடியவில்லை' என்று சொல்லலாம். அதுதான் முக்கால் வாசி உண்மையுங்கூட. ஆனால்,

ஓர் இருபத்தி இரண்டு வயது மாணவனுக்கு, இன்ஜினியரிங் காலேஜின் கடைசி செமஸ்டர் பரீட்சைகளில் ஒன்றுகூட எழுதாமல் இருந்துவிட்டதற்கு, அது போதுமான காரணமாய் ஏற்றுக்கொள்ளப்படுமா என்ற சந்தேகம் எழுந்தபோது, அவனுக்கு யார் மீதோ அதீதக் கோபம் ஏற்பட்டது.

முதல் பரீட்சையான 'மெஷின் டிஸைன்' தவிர இதர பேப்பர்களையாவது எழுதியிருக்கலாம்தான். ஆனால் அந்தக் கஞ்சா ஸெஷனுக்குப் பிறகு, படிப்பது அவனுக்கு முற்றிலும் இயலாத காரியமாகிவிட்டது. படிப்பின் மீதும், பரீட்சைகள் மீதும் ஓர் இனம் புரியாத வெறுப்பு ஏற்பட்டுவிட்டது. அப்புறம் பரீட்சைக்குப் போகாமலிருப்பது பெரிய விஷயமாகத் தோன்றவில்லை.

ஒருவேளை அன்று இரவு மட்டும் கஞ்சா அடிக்காமல் இருந்திருந்தால் வழக்கம் போல் 'நல்ல' பையனாய் எல்லாப் பரீட்சைகளையும் எழுதியிருக்கலாமோ என்று நினைத்துக்கொண்டான். ஆனால் அதிசயமாக, அன்று கஞ்சா அடித்தது பற்றிக் கிச்சாவுக்குப் பெரிதான குற்றவுணர்வு எதுவும் இருக்கவில்லை. ஏதோ தவிர்க்க இயலாமல் நிகழ்ந்துவிட்ட ஒன்றாக அதைக் கருதி, தன்னை மன்னித்துக் கொள்ள அவனால் முடிந்தது. இன்னும் சொல்லப்போனால், யாரையோ பழி வாங்கிவிட்ட ஒரு பைத்தியக்காரத்தனமான நிறைவுகூட அவனுக்கு இருந்தது.

யாரைப் பழி வாங்கினோம்? எனது முகந்தெரியாத எதிரி யார்? தனது கோபத்தைச் சரியாக அவனால் புரிந்து கொள்ள முடியவில்லை யார் மீது, ஏன் கோபம்? அம்மாவை 47 வயதில் சாகடித்தது எதுவோ அதன் மேலா? அந்த ஆஸ்பத்திரியின் மீதும், அம்மாவைக் காப்பாற்ற இயலாத கடவுள் மீதும் டாக்டர்கள் மீதும் காஸ்ட்ரோ–என்டெரிடிஸ் மீதும் அவனுக்குக் கோபம் இருந்தது உண்மைதான். ஆனால் இவையனைத்தையும் கடந்து விளக்க முடியாததாய் வேறு எதுவோ அவனை வதைத்துக் கொண்டிருந்தது.

சமூகம் ஒரு பெண்ணிடம் எதிர்பார்க்கும் அனைத்தையும், அதன் எழுதப்படாத சட்டதிட்டங்களின்படி ஒழுங்காய் நிறைவேற்றி, 47 வருடங்கள் வாழ்க்கை நடத்திய அம்மாவுக்கு இறுதியாய்க் கிடைத்த ஊதியம் (payoff) கிச்சாவுக்குப் பெருத்த ஏமாற்றத்தை அளிப்பதாக இருந்தது. இவ்வளவுதான்

மனித வாழ்க்கையெனும் குரூர ஹாஸ்யத்தின் வீச்சா என்ற பூதாகாரமான கேள்வி அவனைச் சித்திரவதை செய்தது. சுற்றிவளைத்துப் பார்க்கையில், அது தன்னைப் பற்றியும் தனது வாழ்க்கையைப் பற்றியுமான கேள்விதான் என்பதைக்கூட கிச்சா அறிந்திருந்தான்.

தனது குடும்பமும் சமூகமும் ஒரு பொறுப்புள்ள ‘நல்ல’ பையனிடம் எதிர்பார்ப்பதாகத் தான் கற்பனை செய்துவைத்திருந்த நெறிகளின்படிதான் நானும் இத்தனை வருடங்களாக வாழ்ந்து வந்திருக்கிறேனென்ற நினைப்பு கசந்தது. ‘நல்ல’ என்ற அந்த வார்த்தையே மிக மோசமான ‘கெட்ட’ வார்த்தையாய் அவனுக்கு ஒலித்தது. எல்லோரும் சேர்ந்து தன்னைப் பெரிதாய் ஏமாற்றிவிட்டார்கள் என்பதாய் உணர்ந்தான். யாரோ இதையெல்லாம் வேடிக்கைப் பார்த்து ரசிப்பது போல் அவனுக்குத் தோன்றியது. அந்த ‘யாரோ’வைக் கழுத்தை நெரித்துக் கொல்ல வேண்டும் போலிருந்தது.

இல்லை. இனிமேல் இதுமாதிரி ஏமாற்றப்படமாட்டேன் என்ற எதிர்ப்பின் முதல் கட்டம்தான் கஞ்சா அடித்ததும் பரீட்சைகள் எழுதாமலிருந்ததுமா என்று கேட்டுக் கொண்டான்.

கிச்சா பரீட்சைகள் எதுவும் எழுதவில்லையென்ற விஷயம், அன்றிரவு கிச்சாவுடன் கஞ்சா ஸெஷனில் பங்கேற்ற ஆறு நண்பர்கள் தவிர மீதிப் பேருக்குத் தெரியாது. எல்லோருமே தத்தம் பரீட்சைக்குப் படிப்பதில் கவனமாய் இருந்ததால்.

ஒவ்வொரு பரீட்சை முடிந்த பிறகும், ஹாஸ்டலின் வாசலில் நடத்தப்படும் அந்தப் பேப்பர் பற்றிய அலசல் பேச்சுக்களில் கிச்சாவும் கலந்து கொண்டான். ஸ்டடி–லீவில் படித்ததெல்லாம் நான்றாகவே அவனுக்கு நினைவிருந்தது. எப்படி எழுதினாய் என்று கேட்டவர்களுக்கெல்லாம், வழக்கம் போலவே, அதிகத் திருப்தி இல்லாத முகத்துடன் சுமாராய் எழுதியிருப்பதாகப் பொய் சொன்னான். கிச்சாவின் ‘சுமாரு’க்கு வழக்கம் போலவே மற்றவர்கள் ‘பிரமாதம்’ என்று அர்த்தம் செய்து கொண்டார்கள். அவனுக்கு வழக்கமாய்

அருகில் அமரும் மாணவர்களிடமெல்லாம் அந்த 'ஹால்' பிடிக்காமல் வேறொரு ஹாலுக்கு மாற்றிக் கொண்டுவிட்டதாகப் பொய் சொன்னான்.

செமஸ்டர் ஆரம்பித்ததிலிருந்து ஸ்டடி-லீவு விடுவதுவரை சும்மாயிருந்துவிட்டு அல்லது இதர பாட சம்பந்தமல்லாத அலுவல்களில் ஈடுபட்டுவிட்டு, பரீட்சைக்குச் சில நாட்கள் முன்பு, புத்தகத்தை எடுத்துத் தூசித் தட்டி, முதல் அத்தியாயத்திலிருந்து படிக்க ஆரம்பிப்பதுதான் அந்தக் கல்லூரியின் பொதுவான வழக்கமாய் இருந்துவந்தது. செமஸ்டர் நடுவில் வைக்கப்படும் டெஸ்ட்டுகளில் எல்லாம் பூஜ்ஜியமாய் வாங்கினாலும், இறுதிப் பரீட்சைகளில் நல்ல மார்க் வாங்கிவிட்டால் போதும், பாஸ் பண்ணிவிடலாம். அதிக மதிப்பெண்கள் வாங்கிப் பாஸ் பண்ணுவதற்கும் வேலை கிடைப்பதற்கும் அதிகச் சம்பந்தம் கிடையாதாகையால், கிச்சா மாதிரி நன்றாகப் படிக்கும் மாணவர்கள் சிலரைத் தவிர, மீதிப் பெரும்பான்மை மாணவர்களுக்கு அதிக மார்க்குகள் வாங்குவதில் அக்கறை கிடையாது. பரீட்சை சமயங்களில், ஆனால், இந்த வித்தியாசமில்லாமல், எல்லோரும் படிப்பில் மூழ்கித் தலைமறைவாகிவிடுவது வழக்கம். அதுபோல், தலைமறைவாகியிருப்பான் கிச்சா என்றுதான் அவனை அறிந்தவர்கள் நம்பினர்.

நாளை மறுநாள்தான் கடைசிப் பரீட்சை தினம். அதற்குப் பிறகுதான் மாணவர்களுக்கு இந்த உலக நினைவே வரும். அதுவும். அன்று இரவு ஏகமாய்க் குடித்து, புகைத்து, காரிடாரெல்லாம் வாந்தியெடுத்து, மயங்கி, அதற்கடுத்த நாள் மதியம்தான் பெரும்பான்மையான மாணவர்கள் விழிப்பார்கள்.

அதற்கு முன்பு கிச்சா கிளம்பிவிட்டான். தனது அத்தியாவசியத் தேவைகளைத் தவிர்த்து மீதி சாமான்களையெல்லாம் கட்டி, முந்தின தினமே ஒரு 'பார்சல் சர்வீஸ்' மூலம் திருவானைக்கோவில் விலாசத்திற்கு அனுப்பிட்டான். பார்ஸல் விவரக் குறிப்புகளோடு அப்பாவுக்கு அன்றே ஒரு லெட்டரும் எழுதிப் போட்டுவிட்டான். தனது பரீட்சைகள், உத்தேசங்கள் பற்றி அதில் எதுவும் எழுதவில்லை.

இப்போது கிச்சாவிடம் மிஞ்சியிருந்தவை அவனது அத்தியாவசியத் தேவைகள் மட்டுமிருந்த ஒரு சிறிய சூட்கேஸ்தான். இந்த ஐந்து வருடங்களில் மிகவும் பிடித்துப் போய்விட்ட கல்லூரிக் காம்பஸ், கோழிக்கோடு, கேரளாவை விட்டுவிட்டு இப்படித் திருடன் மாதிரி வெளியேறுவது குறித்து அவனுக்கு வருத்தமாக இருந்தது. பி.யூ.ஸி.யில் மூன்றாவது பார்ட்டில் 91 சதவீதம் மார்க்குகள் வாங்கியும் தமிழ்நாட்டின் அனைத்தும் பொறியியற் கல்லூரிகளும் அவனை நிராகரித்தபோது, இந்த ரம்மியமான, இயற்கையெழில் நிரம்பிய கோழிக்கோடு பிராந்தியப் பொறியியற் கல்லூரிதான் அவனை வரவேற்றது.

தமிழ் நாட்டில் இடம் கிடைக்காமல் போனதற்காகப் பின்னர் பலமுறை அவன் மனதிற்குள் நன்றி சொல்லியும் இருக்கிறான். கேரளாவின் பசுமையும், மேற்குக் கடற்கரையின் பருவமழையும், மலையாளப் பெண்களும், யதார்த்தமான மலையாளப் படங்களும், மலையாள மொழியும் அவனை உடனேயே கவர்ந்துவிட்டன(ர்). தமிழ்நாட்டைவிட இறுக்கங்கள் சற்றுக் குறைவாயிருந்த கேரளா அவனுக்கு மிகவும் பிடித்துப் போயிற்று.

'குப்' என்று தாக்கிய மீன் வாடை அவனை அவனது நினைவுகளிடமிருந்து பிரித்தது. இரயில்வே சிப்பந்தி ஒருவன் மீன் அடைக்கப்பட்டிருந்த மரப்பெட்டியொன்றைத் தள்ளுவண்டியில் வைத்து கிச்சாவைத் தாண்டித் தள்ளிக்கொண்டு சென்றான். சே! நிகழ்காலம் அவனுக்கு மிகவும் வேதனையளிப்பதாக இருந்தது.

டீ ஸ்டாலுக்குச் சென்று இன்னொரு டீ குடித்தான். கடந்துசென்ற ஒரு மணி நேரத்தில் குடிக்கும் மூன்றாவது டீ அது என்ற ஞாபகம் வந்தது. எத்தனை புதிய அனுபவங்கள், நண்பர்கள், விவாதங்கள்! எவ்வளவு ஸ்ட்ரைக்குகள், லீவுகள், மாகாண மொழி வாரிச் சண்டைகள்! எவ்வளவு புத்தகங்கள், பத்திரிகைகள், சினிமாக்கள்! தனது கேரளா அனுபவத்திற்காய் மீண்டும் யாருக்கோ நன்றி சொல்லத் தோன்றியது அவனுக்கு.

மங்களூர் மெயில் நாற்பது நிமிடங்கள் தாமதமாய் வரலாமென்று எதிர்பார்க்கப்படுவதாய் மலையாளத்திலும் ஆங்கிலத்திலும் ஹிந்தியிலும்

அறிவித்தார்கள். திருச்சிக்குப் போய்த்தான் ஆக வேண்டுமா என்ற கேள்வி மீண்டும் அவனுள் எழுந்தது. அம்மா இல்லாத அந்தத் திருவானைக்கோவில் வீட்டின் சூன்யத்தைச் சந்திக்க அவனுக்கு விருப்பமில்லை. இந்தப் பரீட்சை சமாச்சாரமும் அது சம்பந்தமாய் அப்பாவை எதிர்கொண்டாக வேண்டிய சங்கடமான சூழ்நிலையும் அவனை மேலும் தயங்க வைத்தன. இவை தவிர, தன்னாலேயே புரிந்துகோள்ள இயலாத வேறு ஏதோவொரு காரணமும்கூட தன்னைத் தடை செய்வதாய் உணர்ந்தான்.

மதுரைக்குப் போகலாமா என்று ஒரு கணம் நினைத்தான். லட்சுமியைப் பார்ப்பது சற்று ஆறுதலாக இருக்கும்தான். சிறுது நேர ஆலோசனைக்குப் பிறகு அதையும் கைவிட்டான். நண்பர்கள், உறவினர்கள், தெரிந்த முகங்கள் யாருமே இல்லாத ஏதாவதொரு பிரதேசத்திற்குப் போய்விடலாமென்று கடந்த சில நாட்களாய் அவனுள் ஓர் எண்ணம் துளைபோட்டுக் கொண்டிருந்தது. அது இப்போது திடீரென்று உயிர்பெற்று, சிலிர்த்து எழுந்து கொண்டது.

இதென்ன? இதுவும் அந்த எதிர்ப்பின் ஒரு அங்கம்தானோ? அல்லது எனது வாழ்க்கையின் அர்த்தம் தேடும் முயற்சியா? ஒரு சித்தார்த்தனைப்போல் தன்னைக் கற்பனை செய்து கொண்டான். ஆம். சித்தார்த்தன் போதிமரத்தைத் தேடிச்செல்லப் போகிறான். இந்த எண்ணம் அப்போதைக்கு மிகவும் நிறைவளிப்பதாக இருந்தது.

பர்ஸைத் திறந்து பார்த்தான். சில வாரங்கள் முன்பு வந்திருந்த நேஷனல் மெரிட் ஸ்காலர்ஷிப் பணமான 1250 ரூபாயில், வீட்டுக்கனுப்பியது போக, கடைசி மாத மெஸ் பில்லுக்காக வைத்திருந்த 150 ரூபாய் பாக்கியிருந்தது. உண்மை தேட 150 ரூபாய் போதுமா? அவனுக்கு இலேசாகச் சிரிப்பு வந்தது.

ஒரு தீர்மானத்துக்கு வந்தவனாய்த் தனது சூட்கேஸைப் பக்கத்திலிருந்த கிழவரிடம் பார்த்துக் கொள்ளச் சொல்லிவிட்டு, பிளாட்பார நுழைவாயிலைக் கடந்து டிக்கெட் கௌண்டர்கள் இருக்குமிடத்தை அடைந்தான். அங்கிருந்த நான்கு கௌண்டர்களில் இரண்டில் நீண்ட 'க்யூ' நின்றிருந்தது. கூட்டம் அதிகமில்லாதிருந்த 'கான்ஸலேஷனுக்'கான கௌண்டரையடைந்து, திருச்சி டிக்கட்டைக் 'கான்ஸல்' செய்தான்.

பிறகு, மங்களூர் மெயிலேயே சென்னைக்கு ஒரு டிக்கெட் வாங்குவதற்காக நீண்ட அந்த இரு 'க்யூ' வரிசைகளில் ஒன்றின் கடைசியில் வந்து சேர்ந்து கொண்டான்.

முதலில் சென்னை, அப்புறம்? மெதுவாக யோசித்துக் கொள்ளலாம்.

—கணையாழி, ஜுன் 1987 (தி. ஜானகிராமன் நினைவு குறுநாவல் போட்டியில் தேர்ந்தெடுக்கப் பட்டது. 'திசைகள் தேடி' என்ற தலைப்பில் வெளியானது.)—

www.ingramcontent.com/pod-product-compliance
Lightning Source LLC
LaVergne TN
LVHW091102150826
845673LV00002B/692

9798893227031